பெத்தவன்

இமையம்

க்ரியா

Peththavan, *a Novella in Tamil by* **Imaiyam**

© *Imaiyam*

First Edition: *Bharathi Puthakalayam, 2013*
Reprinted seven times

This edition by Cre-A:, January 2019, Reprint: April 2022, May 2024

Published by:
Cre-A:
No. 58, TNHB Colony,
Sanatorium, Tambaram,
Chennai – 600 047.
Mobile: 72999 05950
Email: creapublishers@gmail.com
Website: www.crea.in

Printed at:
Sudarsan Graphics Pvt. Ltd., Chennai - 600 041.

ISBN: 978-93-82394-38-9

Price: Rs. 80

“இது என் குடி தெய்வத்து மேல ஆண. சொல் மாறாது. நாளக்கி இந்த நேரத்துக்கு ஊருக்குச் சேதி தெரிஞ்சிடும். இன்னிக்கி வெள்ளிக் கிழம.”

“கல்யாணமா நடக்கப்போவுது? நல்ல நாளு பாக்குற” என்று ஒரு பையன் கேட்டான்.

சரம்சரமான கேள்விகள். பழனிக்குச் செக்கில் போட்டு ஆட்டுவது மாதிரி இருந்தது.

“மூணு தவண தப்பிப்போயிடிச்சி. ஊருக்காரன ஊம்பனாண்டிப் பயன்னு எண்ணக் கூடாது. ஒம் மவ செஞ்சுகிட்டிருக்கிற காரியத் துக்கு மூணு வருசமா ஊருக்காரன் பொறுமயா இருக்கிறதுக்கு நீ நல்ல மனுசன்ங்கிறதுதான். முடியாதுன்னு ஒரு வார்த்த சொல்லு. நாங்க பாத்துக்கிறம்” என்று வடக்குத் தெரு செல்வராஜ் கத்தினான்.

“அவனும் நம்பளும் ஒண்ணா? நல்லூர்க்காரனுக்கு இருந்த ரோசம் நம்ப ஊருக்காரனுக்கு இல்லியே” என்று முன்பு கேள்வி கேட்ட இளைஞன் மீண்டும் கேட்டான்.

“நல்லாக் கேளுடா” என்று அந்த இளைஞனைத் தூண்டிவிட்டான் பெருமாள் கோயில் தெரு பூராசாமி.

“நாளக்கி என் வாக்கு தப்பாது.”

“இதெயேதானெ மாமா மின்னாடியும் சொன்ன?” என்று கட்சிக் கார துரை கேட்டான்.

‘‘நாளக்கி வண்டிக்காரன்மூட்டுப் பயினி ஆருன்னு தெரிஞ்சிடும்.’’

‘‘அப்பிடியா? ஒன்னெ நம்பறம். ஒன் வாக்குப்படியே வச்சிக்குவம். காரியத்த எப்பிடி முடிக்கப்போற? அதெச் சொல்லு?’’ என்று துரை கேட்டான்.

‘‘ஊரு சொல்றபடி.’’

‘‘பூச்சி மருந்த வாயில ஊத்தி, ஒரு அறயில போட்டுப் பூட்டிப் புடணும். எம்மாம் கத்தினாலும் கதவயும் தொறக்கக் கூடாது. ஒரு வா தண்ணீயும் தரக் கூடாது. செத்த நேரத்துக்கெல்லாம் கத முடிஞ் சிடும்’’ என்று இடுப்பில் குழந்தையை வைத்திருந்த பெண் சொன் னாள்.

‘‘பாலிடாயிலு கொடுத்திடுறன். அதுன்னா நேரமாவாது.’’

‘‘இதொண்ணும் கல்யாணக் காரியமில்ல. கும்பக் கூடிக்கிட்டு ஆடிப்பாடுறதுக்கு. அதனால நீயே முடிச்சிடு மாமா. வெளிய யாருக் கும் தெரிய வாணாம். கேசு கீசு ஒண்ணும் வராது. மீறி வந்தாலும் நான் பாத்துக்கிறன். நாம்பளாப் போயி சொன்னாத்தான. ஊரே ஒண் ணாக் கூடியிருக்கும்போது துப்பு எப்பிடி வெளிய போவும்? காரியம் முடிஞ்ச உடனேயே பிரேதத்த எடுத்துப்புடணும். வச்சிக்கிட்டு வெள யாட்டுக் காட்டக் கூடாது. எரிச்சிச் சாம்பலாக்கிப்புடணும். நல்லூர்ல நடந்த மாரி இங்கயும் நடக்கக் கூடாது’’ என்று பொறுப்பாக துரை சொன்னான்.

‘‘அத்தயயும் கூப்புடு. ஒரு வார்த்தக் கேட்டுப்புடலாம்’’ என்று துரை சொன்னதும் மூன்று நான்கு பையன்கள் வீட்டுக்குள்ளிருந்த சாமியம்மாவை அழைத்துக்கொண்டு வந்தார்கள்.

‘‘மாமன் சொன்னது காதில விழுந்துச்சா அத்த?’’

‘‘கேட்டுச்சி.’’

“ஓம் முடிவு என்ன?”

“மாமன் சொன்னதுதான். பாலிடாலு வாங்கியாந்துடுங்க. ஒரு கண்ணும் அறியாமச் சாம்பலாக்கிப்புடுறன்.”

“பேச்சி மாற மாட்டீயே.”

“நான் ஒருத்தனுக்கு முந்தாணி போட்டவளா பல பேருக்குப் போட்டவளான்னு நாளக்கி இந்நேரத்துக்கு ஊருக்குத் தெரிஞ்சிடும். கூறு கட்டிப்புடுறன்.”

“சரி போ. எங்களுக்காவா செய்யுறம்? ஆயிரம் தலக்கட்டுக்காரனும் வேட்டி கட்டிக்கிட்டுப் போவணுமில்ல. அதுக்காகத்தான்” என்று துரை சொன்னதும் சாமியம்மா வீட்டுக்குள் போய்விட்டாள்.

“ஒக்காரு மாமா. மத்த விவகாரத்தப் பேசிப்புடலாம்” என்று துரை சொன்னான்.

“நிக்கிறதால தப்பு ஒண்ணும் இல்ல. நீங்க பேசி முடிங்க.”

பிணத்தை எப்படி எரிப்பது என்று கூட்டம் பேச ஆரம்பித்தது. ஊருக்குள் இருள் கவிய ஆரம்பித்தபோது தொடங்கிய பஞ்சாயத்து நீண்டுகொண்டிருந்தது.

“ஊருக்காரப் பயலுவோ எல்லாம் ஒண்ணாக் கூடிக்கிட்டு நம்ப ஊட்டுப் புள்ளய வெட்டணும் குத்தணும் கொல்லணுமின்னு சொல்லுறீங்களே. சாமிக்கு இது அடுக்குமாடா? அதுக்கு அந்தப் பயலக் கூப்புட்டு ரெண்டு தட்டிவுட்டா சரியாப்போயிடுது. இல்லன்னா அவனோட தாயி தவப்பனக் கூப்புட்டு நாலு சாத்துச் சாத்துங்க. ஊரவுட்டுத் துரத்திப்புடுவன்னு வாய் மிரட்டலா மிரட்டுங்க. அதுக்கும் கட்டுப்படலியா, மூணு பேத்தயும் புடிச்சி கரண்டு கம்பத்தில கட்டி வச்சித் தோல உரிங்க. நிர்முண்டமாத் தெருவுல நாலு சுத்துச் சுத்தி வரச் சொல்லுங்க. அதெ வுட்டுட்டு என்னடா மசுரு பஞ்சாயத்து

பண்றீங்க? நம்ப ஆள நிக்க வச்சிக் கேள்வி கேக்குறீங்க?'' கிழக்குத் தெரு மண்டையன் கிழவன் கேட்டதுதான், மொத்தக் கூட்டமும் கிழவனிடம் சண்டைக்குப் பாய்ந்தது.

''ஒனக்குக் கண்ணும் தெரியாது மண்ணும் தெரியாது. காலு ஒடிஞ்சி மவ ஊட்டுக்குப் போயி ரெண்டு வருசம் கழிச்சி இன்னிக்கித்தான் வந்திருக்க. மூணு வருசமா நடக்கிற கதெ எல்லாம் ஒனக்கு எங்க தெரியப்போவுது? அந்தப் பயல நாலு வாட்டி விருத்தாலம் பஸ் டாண்டிலியே அடிச்சாச்சி. தானா பத்திக்கிட்ட மாரி அவன் ஊட்ட ரெண்டு வாட்டிக் கொளுத்தியாச்சி. ராவோட ராவா அவன் ஊட்டுல கட்டியிருந்த ஆடு மாடுவுள அவுத்துவுட்டாச்சி. ஒரு வாட்டி ரெண்டு ஆட்ட அறுத்தும் தின்னாச்சி. காட்டுல நின்ன கருப்பங் கயிலயும் நெருப்ப வச்சிப்பாத்தாச்சி. சாதிப் பஞ்சாயத்து வச்சாச்சி. அஞ்சி வாட்டி அவராதம் போட்டிருக்கு. கட்டி வச்சி அவனோட அப்பா அம்மாவ அடிச்சித் துவச்சிப்பாத்தாச்சி. எம்மாம் அடிக்கிறது? ஒண்ணுத்துக்கும் கட்டடயல. அதனால, ஊருல ஒரு வருசமாப் பொகச் சலா இருக்குது. பெரிய சாதிச் சண்டயிலதான் போயி முடியும்போல இருக்கு. 'எங்களுக்கு ஒண்ணுமில்ல அவனாச்சி, நீங்களாச்சி'ன்னு சாதிப் பஞ்சாயத்தில சொல்லிப்புட்டானுவ. அவன் சும்மாயிருந்தாலும் இவ இருக்கணுமில்ல? இருட்டு ஊட்டுக்குப் போனாலும் திருட்டுக் கை சும்மாயிருக்காதுங்கிற மாரி இவதான் மதம் கொண்டு போறா. ஒண்ணு ரெண்டு குட்டியப் போடுறமுட்டும் பசு மாடு காடுகரய மேயத்தான போவும். வாயாலயும் சொல்லிப்பாத்தாச்சி. கையாலயும் சொல்லிப்பாத்தாச்சி. ஊரே கூடி அடிச்சிப்பாத்தாச்சி. ரெண்டு வாட்டிப் பொணமாப் பொரட்டி எடுத்தாச்சு. மயிர அறுத்தும் பாத்தாச்சி. அப்பியும் அவ நோனித் திமிறு அடங்கல. அம்மாம் வெக்கங்கெட்ட மாடா இருக்குது. செத்தும் தொலய மாட்டங்கிறா. சாதி மானத்த வாங்கிப்புட்டுத்தான் சாவன்னு குந்தியிருக்கிறா. இவளெல்லாம்

உசுரோட இல்லன்னு யாரு அயிவுறா?'' என்று மண்டையன் கிழவனிடம் சலிப்புடன் சொன்னான் செல்வராஜ்.

''அம்மாம் மதமா? அப்பிடின்னா அந்தப் பயலயும் கொண்டாந்து கட்டிவச்சிக் கொல்ல வேண்டியதுதான.''

''அவன் போலீசா இருக்கான். அதான் சிக்கல். அதனாலதான், கதெ மூணு வருசமா இயித்துக்கிட்டுக் கெடக்கு.''

''பெரிய போலீசா?''

''எஸ்.ஐ.''

''யாரா இருக்கட்டுமே. போலீசா இருந்தா மேங்குலத்துப் பொண்ணு வேணுமா? அவனுக்கும் சேத்துப் பாட கட்ட வேண்டியது தான?''

''ஒனக்கு ஒண்ணும் தெரியாது. பேசாம ஊட்டுல போயி படு. அவ பொணம் சுடுகாட்டுக்குப் போனாத்தான் நம்பளால இந்த ஊருல குடியிருக்க முடியும்.''

''ஒரு பய கதெய முடிக்கவாடா ஊரே தெரண்டு பஞ்சாயத்து பண்றீங்க. அவன் தெருவயே நெருப்பு வச்சிப் பொசுக்கிட வேண்டியது தான.''

''எல்லாம் செய்யலாம். நீ பேசாம இரு. முந்திரிக் கொட்ட பொறுக்க ஆளு வாணாமா?''

''ஒங்க பொட்டப் பய பஞ்சாயத்து எனக்குப் புடிக்கல'' என்று சொல்லி மண்டையன் கிழவன் காறித்துப்பினான்.

''அடெ கிழட்டுப் பயல'' என்று சொல்லி செல்வராஜ் முறைத் தான். அப்போது துரைக்குப் பக்கத்தில் உட்கார்ந்திருந்த கட்சிக் காரப் பையன் ''மூணு மொற தவறிடிச்சி. நாலாவது மொறயும் பெத் தவங்கிட்டியே வுடுறது எனக்குச் சரியாப் படல'' என்று சொன்னான்.

அதற்குப் பழனி வீட்டுக்குப் பக்கத்து வீட்டுக்கார சீனு சொன்னான்: ‘‘நீ சொல்றதுதான் சரி. அதெயும் இதெயும் பேசி நேரத்தப் போக்க வாணாம். நாளக்கிங்கிறது எனக்கும் சரியாப் படல. இன்னிக்கே முடிக்கப்பாருங்க. பேச்சுப் பரவிடும். பேச்சுப் பரவிட்டா காரியத்த முடிக்கிறது லேசில்ல. ஒண்ணுக்கு வுடுற நேரம்கூட ஆவாது. கட்டி யிருக்கிற சீலத்துணிய முறுக்கிப் புடிச்சா முடிஞ்சிபோவுது. நாலு கிலோ சக்கரயக் கூடப் போட்டா அர மணி நேரத்தில சாம்பலா யிடும். அள்ளிக் கொளத்தில கொட்டிப்புடலாம். அப்பத்தான் ஊருல இருக்கிற பொட்டச்சிவுளுக்கும் ஒரு இது இருக்கும்.’’

‘‘மாமன் நல்ல ஆளுங்கிறதாலதான் பிரச்சன இயித்துக்கிட்டுக் கெடக்கு. இல்லன்னா வேற மாரி போயிருக்கும். தலவர் கேட்டப்பக் கூட அதனாலதான், ஊருலியே பாத்துக்கிறம்னு சொல்லிட்டன். அவு ரும் வெளிய தெரியாம காரியத்த முடிங்கன்னு சொல்லிட்டாரு’’ என்று துரை சொன்னான்.

‘‘இதெப் போயி அவுருகிட்டயெல்லாம் எதுக்குச் சொன்ன?’’ என்று பழனி கேட்டார்.

‘‘இதுக்காகப் போவல. வேற ஒரு வேலயாப் போயிருந்தப்ப தலவரே கேட்டாரு. நல்லூர், பாலூரு பிரச்சன மாரி ஆயிடப்போவு துன்னு அவருக்குக் கவல. தலவருக்குத் தெரியறதில தப்பில்ல. நாளக்கி ஒரு வம்புவழக்கு ஆயிப்போச்சின்னா அவுருகிட்டதான போயி நிக்கணும்.’’

‘‘ஊர்ஊரா என் மானம் போவுது.’’

‘‘எங்களாலியா போவுது? ஒன்னாலதான் ஊரு மானம் போவுது. விசியம் தெரிஞ்சப்பவே அவளக் கொன்னுருந்தா நீ ஆம்பள. அதும் முடியலியா மூணு நாலு வாட்டி ஓடிப்போனாளே அப்ப ஒன் மானம் ரோசமெல்லாம் எங்க போச்சி? அதெ வுடு, ஊருப் பஞ் சாயத்தில மூணுவாட்டி ஒம் பொண்டாட்டி தவண வாங்குனாளே

அன்னிக்காச்சும் அவ கதெய முடிச்சியிருக்கணும். எல்லாத்தயும் வுட்டுட்டு வந்து இப்ப இந்தப் பேச்சுப் பேசுற?'' என்று சலித்துக்கொண்ட கட்சிக்காரப் பையன் ''நீயெல்லாம் ஒரு அப்பனா? நீயெல்லாம் இந்தச் சாதியில பொறந்ததாலதான் இந்தச் சாதிய ஒரு பயலும் மதிக்க மாட்டங்கிறான். நாளக்கி ஒம் மவ பொணம் சுடுகாட்டுல வேவணும். இல்லன்னா ஒம் பொணம்தான் வேவும். ஞாபகத்தில வச்சிக்க. ஊருக்காரன ஒம்மவ பொட்டப் பயலுவோன்னு நெனச்சிக்கிட்டாளா? இந்த மாரி ஒண்ணு ரெண்டு தேவிடியாளுவோ இருக்கிறதாலதான் நம்பச் சாதிக்கி மரியாதியே இல்லாமப்போவுது. ஒம் மவளுக்கு நம்ம பயலுவள ஒருத்தனயுமே கண்ணுல படலியா?'' என்று சொல்லிக் கட்சிக்காரப் பையன் ஆத்திரப்பட்டான்.

''ஆத்தரப்படாத மாப்ள'' என்று துரை அவனை அடக்கப் பார்த்தான்.

''ஒரு பொட்டச்சி ஊரயே தலகுனிய வச்சியிருக்கிறா. ஆத்தரப் படாம எப்பிடிப்பா இருக்கறது?'' என்று துரையிடம் கூட்டம் கத்தியது.

''இந்தத் தடவ மாறாது. இல்லன்னா செருப்பக் கழட்டிக்குங்க.''

பழனியின் பேச்சுக்குப் பிறகு கூட்டத்தில் சலசலப்புக் குறைந்தது.

''நீ நாளக்கிக் காரியத்த முடிக்கிற'' அதிகாரத்தோடு செல்வராஜ் சொன்னான்.

''சரி.''

''பாலிடாலு மருந்த யாரு வாங்குறது?'' என்று பூராசாமி கேட்டான்.

''ஊருக்குச் செலவு வாணாம்'' பழனி சொன்னார்.

''பொணத்த ஊருதான் எடுக்கும்'' என்று காட்டமாகச் சொன்னான் கார்த்தி.

''அது ஒங்க இஷ்டம். ஊரு இஷ்டம்.''

கூட்டத்திலிருந்து எழுந்து நின்றுகொண்டு கட்சிக்காரப் பையன் எல்லோருக்கும் கேட்கும்படிக் கத்திச் சொன்னான்: ‘‘நாளக்கி யாரும் ஊர வுட்டு வெளிய போவக் கூடாது. காட்டு வேலன்னுகூட ஊட்ட வுட்டு வெளிய அடி வைக்கக் கூடாது. யார் மூலமா விசியம் வெளிய தெரிஞ்சாலும் அவுங்க ஊருல குடியிருக்க முடியாது.’’

‘‘கன்னி கழியாத பொண்ணு. பொணத்த எப்பிடி எடுக்கிறது?’’ என்று பூராசாமி கேட்டான்.

‘‘செய்ய வேண்டிய மொறயல்லாம் செஞ்சித்தான் எடுக்கணும்’’ என்று செல்வராஜ் சொன்னான். அப்போது கூட்டத்தில் நின்று கொண்டிருந்த கிழவி ‘‘நாடோடிக்கு மொறம வேறயா? கழுத்த நெரிச்சிக் கொல்றத வுட்டுட்டு, பொட்டச்சிப் பஞ்சாயத்து நடக்குது. இதே நான் பொறந்த கொறவன் குப்பமா இருந்தா சேதி தெரிஞ்ச ராத்திரிக்கே அவ கதெய முடிச்சிருப்பாங்க’’ என்று சொன்னாள்.

‘‘நல்லூரு, விசியம்ங்கிறாங்களே என்னடா அது?’’ என்று பக்கத் திலிருந்த செல்வராஜிடம் மண்டையன் கிழவன் கேட்டான்.

‘‘ரெண்டு மூணு வருசத்துக்கு மின்னாடி, விருத்தாலத்த ஒட்டி நல்லூரு இருக்கில்ல. அங்க ஒரு சம்பவம் நடந்துபோச்சி.’’

‘‘வெட்டுக்குத்தா?’’

‘‘இல்லெ இல்லெ. நம்பப் பழனி மவ மாரியே நல்லூருல நம்ப எனத்துப் பொண்ணு சிதம்பரத்தில படிக்கப்போச்சி. அந்த ஊரு கீச்சாதிப் பயலும் அங்க படிச்சியிருக்கான். அந்தப் பொண்ணுக்கும் அந்தப் பயலுக்கும் எப்பிடியோ சேர்மானமா ஆயிப்போச்சி. கீதா ரவின்னு பேரு. பெத்தவங்க மத்தவங்கின்னு எம்மானோ சொல்லிப் பாத்திருக்காங்க. அந்த நாயி ரெண்டும் கேக்கல. ஊருப் பஞ்சா யத்து, சாதிப் பஞ்சாயத்திலியும் கட்டடயல. ரெண்டு தெருவுக்கும் கைகலப்பு, வெட்டுக்குத்துன்னு நடந்திருக்கு. அவுங்க ரெண்டு பேரால

தான் ஊருல சண்டயும் சச்சரவுமா இருந்திருக்கு. ஊரு நல்ல படியா இருக்கணும்ன்னா அவுங்க ரெண்டு பேத்துக் கதெயயும் முடிக்கணுமின்னு ஊருல முடுவாச்சி. அதுக்கு ரெண்டு பெத்தவங்களும் சம்மதம் சொன்னாங்க. அந்தப் பயலும் அந்தக் குட்டியும் அதுக்கு ஒத்துக்கிட்டாங்க. ஆயிரம் ரெண்டாயிரம் பேர் கூட்டமாக் கூடி ரெண்டு பேரு காதிலயும் மருந்த ஊத்திப் பட்டப்பகல்ல கொன்னுப்புட்டாங்க. பொணத்த அவுங்கவுங்க தெருவுக்கு எடுத்துக்கிட்டுப் போயி அவுங்கவுங்க சுடுகாட்டுல பொதச்சிட்டாங்க.''

''அடி சக்க.''

''மூணு நாளு கழிச்சி விசயம் வெளிய தெரிஞ்சிப்போச்சி. போலீசு வந்து ஊரச் சுத்தி வளச்சிக்கிச்சி. இங்க நூறு பேரு, அங்க நூறு பேருன்னு ஆளுவுளப் புடிச்சிகிட்டுப்போயிட்டாங்க. அன்னிக்கி நம்ப எனத்து வக்கீலுவோ வந்து எறங்குனானுவோ பாரு. அடேயப்பா. ஐநூறு பேருக்கு மேல இருக்கும். விருத்தாலமே ஆடி அசந்துபோச்சி. பொணத்த நோண்டி எடுத்தாலும், ஊரே ஒண்ணா நின்னதால சாட்சியில்லன்னு வழக்கு தள்ளுபடியாயிப்போச்சி.''

''அதான் கதயா? அது சரி, பழனி மவ எங்கப் போயி மாட்டிக்கிட்டா?''

''விருத்தாலம் காலேஜில படிக்கறப்பத்தான்.''

''இதத்தான் ஊருக்கு ஊரு பள்ளிக்கூடத்தில சொல்லிக்கொடுக்கிறானுவளா?''

''ஆமாம், ஆமாம்.''

''கூறுகெட்ட கூதிவோ. சாம்பலாக்க வேண்டியதுதான. எதுக்குப் பொதச்சானுவ?''

''அதனாலதான், முன்னெச்சரிக்கயாப் பழனி மவள எரிச்சிடலாமின்னு சொல்லிக்கிட்டிருக்கு.''

“நம்பப் பயலுவள அவளுவளுக்குப் புடிக்கலியாமா? அவளுவோ சாமான்ல மத்துக் கழியாலதான் குத்தணும். அப்பத்தான் அவளுவோ மதம் அடங்கும். பள்ளிக்கூடத்தில நிழலு வாட்டத்திலெ குந்த வைக் கிறதாலதான ஊருமேயப் போறாளுவ. முந்திரிக் காட்டுல போட்டு அடிச்சா தானா மதம் அடங்கிப்போவுது.”

“இந்தக் குட்டிய எம்மானோ அடிச்சிப்பாத்தாச்சு. வசத்துக்கு வல்ல.”

“அப்பிடிப்பட்டவள எதுக்கு இம்மாம் நாளா உசுரோட வச்சிருந் தீங்க பொணமாக்காம?”

“புத்தி கெட்டுப்போயித்தான்.”

“அந்தக் குட்டிப் பேரென்ன?”

“பாக்கியம்.”

“நல்ல பேருதான். அவ மூஞ்சியில என் மூத்திரத்த ஊத்தி யடிக்க.”

“நாளக்கி இந்நேரத்துக்குப் பொணம் எரியணும்” என்று சொல்லி விட்டு துரை எழுந்தான். பாதிக் கூட்டம் எழுந்தது. கூட்டம் எழுந் தாலும் கலையவில்லை. பழனியைச் சூழ்ந்துகொண்டு நின்றது. “பேச்சு மாறாதில்ல” என்று கேட்டது.

“மாறாது. இது சத்தியம்.”

எல்லோருக்கும் “மாறாது மாறாது” என்று சொல்லிக்கொண்டே இருந்தார். அப்போது மூன்று பெண்கள் பழனியிடம் வந்து “ஒரு பொட்டச் சிறுக்கியால ஊரு மானம் போவணுமா? ஊரு மானத்தக் காப்பாத்து. அப்பறம் ஒன்னிஸ்டம்” என்று சொன்னதும் பழனிக்கு எங்கிருந்துதான் அவ்வளவு கோபம் வந்ததோ, சட்டென்று இடுப்பு வேட்டியை அவிழ்த்துப்போட்டுத் தாண்டி, சத்தியம் செய்தார்.

''நாளக்கி இந்நேரத்துக்கு அவ பொணம் வேவும். இல்லன்னா எம் பொணம் வேவும்.''

பழனி சத்தியம் செய்த பிறகுதான் கூட்டம் கலைய ஆரம்பித்தது. ஆனாலும், ஒருவர் தவறாமல் எச்சரிக்கை செய்துவிட்டுப் போனார்கள். கடைசியாகக் கட்சிக்காரப் பையன் வந்து ''நாங்க எங்களுக்காகச் சொல்லல. நம்ப சாதி மானம் போவக் கூடாது. எல்லாத்துக்கும் மேல கட்சியோட மானம் போயிடக் கூடாதுன்னுதான் சொல்றம். இது மத்த ஊரு பொட்டச்சிவுளுக்கும் தெரியணும். அப்பத்தான் ஒயிங்கு மரியாதியா இருப்பாளுவோ. ஒன்னோட ரெண்டாவது மவ இருக்காளே நொண்டிக் குட்டி. அவளயாச்சும் பத்தரமா வச்சிக்க. அவளும் நொண்டியா இல்லன்னா அக்காளுக்கு மேலதான் போயி ருப்பா'' என்று சொன்னான்.

''சரிதான்'' என்று பழனி சொன்னார்.

கட்சிக்காரப் பையனுக்குப் பக்கத்தில் நின்றுகொண்டிருந்த பையன் ''பொணத்த எரிக்கிறதுக்குண்டான எல்லாக் காரியத்தயும் நாங்க பாத்துக்கிறம். சக்கர, சீமெண்ணெ, தேங்கா, கட்ட, சருவு எல்லாத்தயும் ராத்திரிக்கே ரெடிப் பண்ணிவச்சிடுறம்'' என்று சொன் னான்.

''போயி தயார்படுத்துங்க.''

''பேச்சு மாறக் கூடாது. நம்ப ஊரு சாமிமேல சத்தியம்.''

எல்லோரும் போய்விட்டார்கள். பழனி தனியாக நின்றுகொண் டிருந்தார். அவமானப்பட்டாலும் கூட்டத்துக்கு முன் நின்றுகொண் டிருந்தபோது இருந்த தைரியத்தில் ஒரு துளிகூட இப்போது அவ ரிடம் இல்லை. கால்கள் நடுங்க ஆரம்பித்தன. நடுக்கத்தை மறைக்கக் கால்களுக்கிடையில் நின்றுகொண்டிருந்த நாயைப் பிடித்தார். அப்ப டியே கட்டிலில் உட்கார்ந்தார்.

வீட்டுப் பக்கம் பார்த்துக் கத்தினார். ''நீங்களா செத்துப்போங்கடி.''

வாசலில் உட்கார்ந்திருந்த பழனியின் அம்மா துளசி ''பழிகார ஊருடாப்பா. எரிஞ்சி சாம்பலாவ மாட்டங்குது. பொட்டச்சிவுளா சேந்து எம் புள்ளெயத் தலகுனிய வச்சிட்டாளுவ'' என்று சொன்னாள். மெல்ல எழுந்து வந்து ''ஒரு விசயம் சொல்லணும் சாமி'' என்று சொல்லிக்கொண்டே பழனியின் காலில் விழுந்தாள்.

''கால வுடு. போ. போயி செத்துத் தொல.''

''ஒரு விசயம் சொல்லணும் சாமி.''

''சனியன், சனியன். கால வுடு. நீயும் எதுக்கு என்னெச் சாவ டிக்கிற? எட்டப் போ.''

''எம் பேச்சக் கேளு சாமி.''

''சொல்லித்தொல. மொதல்ல கால வுடு.''

''செத்த வா சாமி'' என்று சொன்னாள். பழனி கால்களை இழுத்துக் கொள்ள முயன்றார். முடியவில்லை. துளசியை நெட்டித் தள்ளினார். கெட்ட வார்த்தையில் திட்டினார். ஆனாலும், அவளுடைய பிடி யிலிருந்து கால்களை உருவிக்கொள்ள முடியவில்லை.

''சொல்லித்தொல.''

''ஒரு தப்புடி வா சாமி'' என்று சொல்லிவிட்டு வீட்டுக்குள் போனாள். சாமி கும்புடுகிற இடத்தில் எதையோ தேடினாள். வெளியே வந்து வலுக்கட்டாயமாகப் பழனியை இழுத்துக்கொண்டு மாட்டுக் கொட்டகைக்கு வந்தாள் துளசி. மடியிலிருந்த கற்பூரத்தை எடுத்து ஏற்றினாள். ''சத்தியம் பண்ணு.''

''என்னா செய்யுற நீ? பொட்டச்சிவுளா சேந்துகிட்டு எதுக்கு என்னெக் கொல வாங்குறீங்க? ஒங் கையால வெசத்தக் கொடுத்திடு. ஒனக்குப் புள்ளயாப் பொறந்து நான் பட்டது போதும்.''

பழனியின் கையைப் பிடித்துக் கற்பூரத்தை அணைத்தாள் துளசி.

‘‘இது சத்தியம். நம்ப ஊட்டு வாய மரத்த வெட்டாத சாமி. ஒண்ணு நூறாவும். நூறு ஆயிரமாவும். எம் பேச்சக் கேளு. நீ மக ராசனா இருப்ப.’’

‘‘பித்தாப் புடிச்சிப்போச்சி ஒனக்கு. நடந்த கூத்தெல்லாம் பாக் கல? அவ செத்தாதான் நான் உசுரோட இருக்க முடியும்.’’

‘‘இருவது வருசம் தவமிருந்து பெத்தியே. ஒங் கையால கொல்ற துக்கா? ஏயி தல மொறக்குக் கேக்கும்ண்டா சாமி.’’

‘‘நான் சாவறன்.’’

‘‘நம்ப ஊட்டுல ஒரு பொட்டச்சி சாவணும். நான் சாவறன். கியவி எதுக்கு இருக்கணும்.’’

‘‘செத்துப்போ.’’

‘‘நான் சாவறன். நம்பக் குடி சாமிமேல சத்தியம் பண்ணியிருக் கிற. சாமிக்குத்தம் வந்தா ஒங் குடும்பமே அழிஞ்சிபோயிடும்.’’

‘‘அவ எப்பப் பொறந்தாளோ அன்னிக்கே அழிஞ்சிபோச்சி. இனிமேதான் அழியப்போவுதா?’’

‘‘ஓம் முடுவு என்ன?’’

‘‘விடியறதுக்குள்ளார அவ பொணம் ஊட்ட வுட்டுப் போவணும்.’’

‘‘அப்பிடியா? நான் ஒங்கப்பனுக்கே முந்தாணி போட்டிருந்தா. நீ ஒங்கப்பன் ஒருத்தனுக்கே பொறந்திருந்தா அவமேல ஒங் கை படக் கூடாது. இது ஒங்கப்பன் மேல சத்தியம்’’ என்று சொன்ன துளசி அப்படியே பழனியின் கால்களைப் பிடித்துக்கொண்டு கத்தினாள். ‘‘என்னெப் பொணமாக்கிப்புடு. அவள ஊர வுட்டே துரத்திப்புடு. எங்கியோ நம்பக் கண் மறவா சாவறா. பொட்டச்சியக் கொன்ன பாவம் ஒனக்கு வாணாம் சாமி. அவ சாவறதுக்காக நான் அயிவல. நான் பெத்த புள்ளய ஏயி ஊரு பாவம் புடிச்சிக்குமே. அடுத்த

செம்மத்தில ஆடா மாடா பொறந்து இந்தப் பாவத்த எம் புள்ளெ தீத்துணுமே, கடவுளே.''

''கால வுடு.''

''சத்தியம் மாறாத.''

துளசியோடு சேர்ந்துகொண்டு பழனியும் அழ ஆரம்பித்தார். அப்போது அவருடைய கால்களைச் சுற்றி வந்தது நாய்.

மாடுகள் கத்திய சத்தம் கேட்டதும் ''தண்ணீ காட்டுனீங்களா? கூளம் போட்டீங்களா?'' என்று கேட்டார். துளசி ''இல்லெ'' என்று சொன்னாள்.

''அது என்னாப் பண்ணுச்சு? அது ஒழப்பிலதான் நாம்ப திங்குறம். அதெப் புடிச்சாந்த நாளுலயிருந்து இன்னொருத்தன் ஊட்டுக் கட்டுத்தறிக்கிப் போனதில்ல. மனுசங்க மாரியா? நில்லுன்னா நிக்கும். போன்னா போவும். பசிக்குதின்னு சொல்றதுக்கு அதுக்கு வாய் இருக்கா?''

பழனிக்குப் பின்னால் நாய் ஓடியது. மாடுகளை அவிழ்த்துத் தண்ணீர் காட்டினார். கூளம் அள்ளிப் போட்டார். அவர் போகும் இடமெல்லாம் நாயும் ஓடிற்று. அப்போது அவருடைய முகத்தைச் செவலைக் காளை நக்கியது. குறுகுறுத்தது. ஆனாலும், முகத்தை வாகாக மாட்டுக்குக் காட்டினார். மாடு நக்கநக்க அவருடைய உடம்பில் இருந்த நடுக்கம் படிப்படியாகக் குறைய ஆரம்பித்தது. மாட்டின் முகத்தோடு தன் முகத்தை வைத்து அழுத்தினார். நாய் பழனியின் கால்களை முகர்ந்து பார்த்துக்கொண்டிருந்தது. வெகு நேரம் கழித்துதான் மாட்டுக்கொட்டகையிலிருந்து வெளியே வந்தார். குளித்துவிட்டு வந்த மாதிரி இருந்தது.

''வாக்கு தவறாத சாமி'' என்று சொன்னாள் துளசி.

சாமியம்மா வெளியே வந்தாள். அவளைப் பார்த்த மறுகணமே பழனிக்கு அழுகை பொங்கிக்கொண்டு வந்தது. முகத்தைத் திருப்பிக் கொண்டார்.

கட்டிலில் உட்கார்ந்திருந்த பழனியைச் சுற்றிச்சுற்றி நாய் வந்து கொண்டிருந்தது. காரணமின்றி ஓடிப்போய்த் தெருவுக்கு முன் குரைத்து விட்டு வந்து பழனியின் கால்களை நக்கியது. எழுந்து தெருவரை போனார். திரும்பிக் கட்டிலுக்குப் பக்கத்தில் வந்து நின்றார். என்ன தோன்றியதோ எழுந்து வீட்டுக்குள் போனார். அவருக்குப் பின்னால் சாமியம்மா போனாள். நாய் அருகாலை ஒட்டிப் படுத்துக்கொண்டது. நாய்க்குப் பக்கத்தில் துளசி உட்கார்ந்தாள்.

''வெளக்கப் போடு.''

பழனி சொன்னது சாமியம்மா காதில் விழுந்த மாதிரி தெரிய வில்லை. பழனி தானே விளக்கைப் போட்டார். குளிரில் நடுங்கிக் கொண்டிருக்கும் கோழிக் குஞ்சு மாதிரி ஒடுங்கிப்போய் உட்கார்ந் திருந்தாள் செல்வராணி. பழனியைப் பார்த்ததுமே அவளுடைய கண் கள் கண்ணீரைக் கொட்டின. அவள் உட்கார்ந்திருந்த விதத்தைப் பார்க்கப் பிடிக்காமல் முகத்தைத் திருப்பிக்கொண்டார். பிடுங்கிப் போட்ட பரங்கிச் செடி மாதிரி சோறு ஆக்குகிற இடத்தில் வதங்கிப் போய்க் கிடந்தாள் பாக்கியம். அப்படியே சுவரோடு சாய்ந்து தரையில் உட்கார்ந்தார்.

நூலாகத் துவண்டுபோய்க் கிடந்த இரண்டு கால்களையும் இழுத் துக்கொண்டு பழனியிடம் வந்தாள் செல்வராணி. ''நீ எதுக்கும்மா அழுவுற? ஒன்னோட கண்ணுத் தண்ணி என்னெச் சும்மா வுடுமா?'' என்று கேட்டதோடு அவளைத் தன் நெஞ்சோடு சேர்த்து அணைத்துக்கொண்டார். பேச்சுக்குரல் கேட்டுத் தலையைத் தூக்கிப் பார்த்த பாக்கியம் பழனியைப் பார்த்ததும் எழுந்து உட்கார்ந்தாள். அவளுடைய முகம் தீயில் வாட்டிய சோளக்கதிர் போன்றிருந்தது.

‘‘சோறு போடு’’ என்று பழனி சொன்னார். சாமியம்மாவிடம் எந்த அசைவுமில்லை. ‘‘சோறு போடு’’ என்று மீண்டும் சொன்னார். அவர் கேட்டது சாமியம்மா காதில் விழுந்த மாதிரி தெரியவில்லை. மரத்துப்போய் உட்கார்ந்திருந்தாள். செல்வராணி ஊர்ந்து அடுப்பிடம் போனாள். ‘‘நீ இரும்மா’’ என்று சொல்லிவிட்டு அடுப்பிடம் போய் ஒரு தட்டில் சோறு போட்டுக் குழம்பு ஊற்றி எடுத்துக்கொண்டு வந்து பாக்கியத்தின் முன் வைத்தார். ஒரு செம்பில் தண்ணீர் கொண்டு வந்து வைத்துவிட்டு ‘‘சாப்புடு’’ என்று சொன்னதுதான், பழனியை விநோதமாகப் பார்த்தாள் பாக்கியம். என்ன தோன்றியதோ திரும்பி உட்கார்ந்து முகத்திலேயே அடித்துக்கொண்டாள். சுவரில் தலையை மோதிக்கொண்டாள். அவளை யாருமே தடுக்கவில்லை. அவள் பக்கம் திரும்பிக்கூடப் பார்க்கவில்லை சாமியம்மா.

மூன்று வருடம் கழித்து இப்போதுதான் அவளைப் பழனி நேருக்குநேர் பார்க்கிறார். அதுவும் பக்கத்தில் நின்றுகொண்டு. பி.எஸ்.ஸி கடைசி வருடம் படிக்கும்போதுதான் பாக்கியத்தையும் பெரியசாமியையும் சினிமா தியேட்டரில் பார்த்துவிட்டு வந்து உள்ளூர்ப் பையன் பழனியிடம் சொன்னான். பையன் சொன்னது நிஜமா என்று கேட்டார். பாக்கியம் மழுப்பினாள். மழுப்பல் பேச்சே விசயம் உண்மையென்று சொல்லிவிட்டது. அன்று பேசியதுதான். அழுதுபுரண்டு சாப்பிடாமல் இருந்ததால் பரீட்சை எழுத மட்டும் அனுப்பினார். பரீட்சை எழுதப் போன எட்டு நாளில் குறைந்தது நூறு பேராவது வந்து ‘‘நம்ப ஊரு வவுத்தான் மவன்கூட ஓம் மவளப் பாத்தன்’’ என்று சொல்லியிருப்பார்கள். உடனே மாப் பிள்ளை பார்த்தார். ஆறு மாப்பிள்ளைகளில் கச்சநத்தம் பையனுக்கு என்று நிச்சயதார்த்தம் செய்ய முடிவாயிற்று. நிச்சயதார்த்தத்துக்கு முதல் நாள் இரவு பாக்கியம் மூட்டைப்பூச்சி மருந்தைக் குடித்துவிட் டாள். பிழைக்க வைப்பதற்குப் பத்தாயிரத்துக்கு மேல் செலவாயிற்று.

ஆறு மாதம் கழித்து ஆலடியில் ஒரு பையனைப் பிடித்துக் காதும் காதுமாகக் காரியத்தை முடிக்கப்பார்த்தார். விசயம் தெரிந்து பாக்கியம் தூக்கில் தொங்கிவிட்டாள். அதோடு மாப்பிள்ளை பார்ப்பது என்ற பேச்சையே பழனி விட்டுவிட்டார். பெரியசாமி காவல்துறையில் உதவி ஆய்வாளராகத் தேர்வாகிப் பயிற்சிக்குச் சென்ற இரண்டாவது மாதத்தில் வயிறு வலிக்கிறது, மருத்துவமனைக்குப் போய் விட்டு வருகிறேன் என்று போனவள் பெரியசாமியுடன் மெட்ராசுக்குப் போக பஸ் ஏறியதை உள்ளூர்ப் பையன்கள் பார்த்துவிட்டு அவளை அடித்து இழுத்துக்கொண்டு வந்தார்கள். வீட்டில் அவளைக் கொண்டுவந்து விட்ட வேகத்திலேயே போய் பெரியசாமியின் அப்பாவையும் அம்மாவையும் அடித்து நொறுக்கினார்கள். பெரிய கலவரமாகிவிட்டது. ‘‘அவளப் போயி சாவச் சொல்லிடு’’ என்று சாமியம்மாவிடம் பழனி சொன்னார். பாக்கியத்தைப் பார்க்கவில்லை. எட்டு மாதங்களுக்கு முன்பு ஓடிப்போகும்போது மங்கலம் பேட்டையில் மாட்டிக்கொண்டாள். அப்போதும் பெரியசாமிக்கு நல்ல அடி. ஆனாலும், தப்பிவிட்டான். காட்டில் முந்திரிக் கொட்டை பொறுக்கிக்கொண்டிருந்த பெண்கள்தான் ரகசியத்தைக் கண்டுபிடித்துச் சொன்னார்கள். அன்றிரவு விளக்குமாறாலும் செருப்பாலும் சாமியம்மா பாக்கியத்தை அடித்தாள். பாக்கியம் ஒரு வாரம் படுத்தபடுக்கையாகக் கிடந்தாள். பகலில் காட்டுக்குப் போனால் பொழுது இருட்டிய பிறகுதான் பழனி வீட்டுக்கு வருவார். வீட்டுக்கு வந்தாலும் திண்ணையிலும் மாட்டுக்கொட்டகையிலும்தான் இருப்பார். பெரியசாமியின் வீடு எரிந்தது. கரும்பு எரிந்தது. ஆடு, மாடுகளைக் காணவில்லை என்று ஊருக்குள் செய்தி வரும்போது மட்டும் செல்வராணியிடம் ‘‘நான் உசுரோட இருக்கணுமா வாணாமான்னு அவகிட்ட கேட்டுச் சொல்லு’’ என்று பழனி சொல்வார். இரண்டு மாதத்துக்கு முன்புதான் பெரியசாமி பயிற்சி முடித்து வேலையில் சேர்ந்தான். அவன் வேலையில் சேர்ந்த ஒன்பதாம் நாள் சடையப்பர்

கோயிலுக்குப் பக்கத்தில் அவனோடு மோட்டார் பைக்கில் விடியற் காலை நான்கு மணிக்கு ஏறிப்போனவளை மணல் ஏற்றிவந்த மாட்டு வண்டிக்காரர்கள் பிடித்துவிட்டார்கள். பெரியசாமி ஓடிவிட்டான். அன்றும் ஊரே அடித்தது. சாணியைக் கரைத்து வாயில் ஊற்றினார் கள். பாக்கியத்தின் தலைமயிரை ஊர்ப் பஞ்சாயத்துத் தலைவர் மகன் பாலு ஒரு பிடி அறுத்துவிட்டான். செய்தி தெரிந்ததும் பழனி தூக்கில் தொங்கிவிட்டார். துளசிதான் கத்திக் கதறி ஊரைக் கூட்டி, அவரைத் தூக்கிலிருந்து காப்பாற்றினாள். பழனி தூக்கில் தொங்கி விட்டது தெரிந்தும் அன்றிரவு ஊர்ப் பஞ்சாயத்தும் சாதிப் பஞ்சா யத்தும் நடந்தன. பஞ்சாயத்தில் ''அவ எனக்குப் புள்ள இல்லெ. கொன்னுடுங்க'' என்று பழனி சொன்னார். அன்றிரவிலிருந்து கால னிக்கும் குடித்தெருவுக்கும் பகை முற்றிப்போயிற்று. இரண்டு தரப் பும் அடித்து மோதிக்கொண்டது. மறுநாள் காலையில் செல்வராணி யிடம் ''அவ எதுக்கு இருக்கிறா? எத்தன உசுரக் காவுவாங்க காத் திருக்கா? ஊருல நடக்கிறது தெரியுமா?'' என்று சொன்னதோடு எலி மருந்து வாங்கிவந்து கொடுத்தார். அடுத்த எட்டாம் நாள் பாக் கியம் வீட்டை விட்டுக் கிளம்பித் தெருவைத் தாண்டும்போதே ஊர்க்காரர்கள் பிடித்துவிட்டார்கள். அன்று ஆண், பெண் என்று ஊரே கூடி அடித்தது. ''இதுக்குத்தான அலயுற. எத்தன வேணும்? எடுத்துக்க'' என்று இருபது முப்பது பையன்கள் வேட்டியை அவிழ்த் துக்காட்டினார்கள். அன்று பகலிலேயே பஞ்சாயத்து மறுபடியும் கூடி யது. பஞ்சாயத்தில் பாக்கியத்தை ஊரே கொன்றுவிடுவதாகத் தீர் மானமாயிற்று. சாமியம்மா மறுப்புச் சொல்லவில்லை. பழனி தானே காரியத்தை முடிப்பதாகக் கூறினார். ஊர் நம்பியது. விருத்தாசலம் சென்று பாலிடாயில் வாங்கி வந்து கொடுத்தார். அதை பாக்கியம் குடிக்கட்டும் என்று செல்வராணியையும் சாமியம்மாவையும் அழைத் துக்கொண்டு போய்ப் பெருமாள் கோயிலில் தேங்காய், கற்பூரம்

ஏற்றிவிட்டு இரண்டு மணிநேரம் கழித்து வீட்டுக்கு வந்தார். பாக்கியம் சோறு ஆக்கிக்கொண்டிருந்தாள். பழனி அன்று சாப்பிடவில்லை.

மறுநாள் பஞ்சாயத்து கூடியது. ''மருந்து கெடைக்கல. ஒரு கடக்காரனும் நம்பிக் கொடுக்க மாட்டடங்கிறான். இன்னொரு கட லீவு. நாளக்கி ராத்திரிக்கு முடிஞ்சிடும்'' என்று சொன்னார். அவருடைய பேச்சை யாருமே நம்பவில்லை. துரையும் செல்வராஜும்தான் ''ஒரு நாளு பாப்பம்'' என்று விட்டார்கள். நேற்று முடித்திருக்க வேண்டியது. முடியாததால் இன்று ஆறு மணிக்கே ஊர் கூடிவிட்டது.

இடுப்பு வேட்டியை அவிழ்த்துப்போட்டுத் தாண்டிச் சத்தியம் செய்துவிட்டு வந்து ''சாப்புடு'' என்று எப்படிச் சொல்கிறார்? எலி மருந்து வாங்கிக் கொடுத்தார். பாலிடாயிலும் வாங்கிக்கொடுத்தார். தூக்கில் தொங்குவதற்கு சௌகரியமாக மாட்டுக் கயிற்றைக் கொண்டு வந்து இரண்டு நாள் நடு வீட்டிலேயே வைத்துவிட்டுப் போனார். பகலிலாவது சாகட்டும் என்பதற்காகப் புது வழக்கமாகச் செல்வ ராணியையும் காட்டுக்கு அழைத்துக்கொண்டுபோய் வைத்திருந்தார். அப்படிப்பட்டவர் தானே சோறு போட்டு, குழம்பு ஊற்றி, தண்ணீரும் கொண்டுவந்து வைத்திருக்கிறார். நான்கு மணி நேரம் நடந்த பஞ்சாயத்தில் பழனி மட்டும்தான் நின்றுகொண்டிருந்தார். யார்யார் என்னென்ன பேசினார்கள் என்பதெல்லாம் கேட்டுக்கொண்டுதான் பாக்கியம் படுத்திருந்தாள். சோற்றில் விஷம் கலந்திருப்பாரோ என்ற சந்தேகம் திடீரென்று உண்டாயிற்று. அந்தச் சந்தேகம் சாமியம்மாவுக்கும் செல்வராணிக்கும் இருந்தது. அச்சத்தில் செல்வராணி மட்டும்தான் அழுதாள். சோற்றில் விஷம் கலந்திருந்தால் நல்லது என்றே சாமியம்மாள் நினைத்தாள். ''அப்படியாச்சும் நல்லது நடந்தா சரி'' என்று சொல்லி முனகினாள். அந்த எண்ணம் வந்த பிறகுதான் பாக்கியத்தின் விரல்கள் சோற்றைப் பிசைய ஆரம்பித்தன. அவளுடைய கண்களிலிருந்து சரம்சரமாகக் கண்ணீர் இறங்கிற்று.

நாய்க்குப் பக்கத்தில் உட்கார்ந்திருந்த துளசி கையெடுத்துக் கும்பிட்டாள்.

பாக்கியத்தின் முன் உட்கார்ந்தார் பழனி. ''அழுவாத. சோறு திங்கும்போது கண்ணுத் தண்ணி வுடாத. எல்லாம் நீயா தேடிக்கிட்டது. நான் ஒரு பாவத்தயும் அறியன். இதான் ஒனக்கு இந்த ஊட்டுல கடசிச் சோறு. சாப்புடு'' என்று சொன்னார். அந்த வார்த்தையைக் கேட்டதும் செல்வராணியின் அழுகை இன்னும் கூடியது. நெருப்பில் குதிக்கப்போவது மாதிரி அவளுடைய நெஞ்சு துடித்தது. ஆனால், பாக்கியம் சாப்பிட்டுக்கொண்டிருந்தாள். கன்னத்தில் வழிந்த கண்ணீரும் சோற்றுடன் வயிற்றுக்குள் இறங்கியது. அவளுடைய வயிற்றுக்குள் ஒவ்வொரு பிடிச் சோறு இறங்கும்போதும் செல்வராணியின் நெஞ்சு துடித்தது. எப்போது மயங்கிக் கீழே விழப்போகிறாளோ என்ற கவலையில் அவளுக்கு வியர்த்துக்கொட்டியது. உடம்பு நடுங்க ஆரம்பித்தது. முதன்முதலாகப் பழனியை அவளுக்குப் பிடிக்காமல் போயிற்று.

பழனி மறுசோறு போட்டார். குழம்பு ஊற்றினார். பதட்டமாகி ''போதும்'' என்று செல்வராணிதான் சொன்னாள். ஆனால், பாக்கியம் சோற்றையும் குழம்பையும் நன்றாகப் பிசைந்து சாப்பிட்டாள். அப்போது சாமியம்மா சொன்னாள் ''ஊரான்கிட்டயே வுட்டுருக்கலாம். பாவம் நம்பக் காலச் சுத்தாம இருந்திருக்கும். பஞ்சு வெடிக்கிற மாரி என் நெஞ்சு வெடிக்குதே.''

''இன்னம் வேணுமா?'' பழனி கேட்டார்.

''வாண்டாம்ப்பா. போதும்'' என்று அவசரமாகச் சொன்னாள் செல்வராணி. நகர்ந்து பாக்கியத்திடம் வந்தாள். பாக்கியம் ரொம்ப இயல்பாகச் சாப்பிட்டுக்கொண்டிருந்தாள். அவளுடைய முகம் நிறம் மாறுவது மாதிரியும், கண்கள் செருகுவது மாதிரியும் செல்வராணிக்குத் தோன்றியது. நெருப்புத் தணலை அள்ளிச் சாப்பிடுகிறாளே. தண்ணீர்ச்

செம்பை எடுத்துப் பாக்கியத்துக்குப் பக்கத்தில் வைத்தாள். அதிகமாகத் தண்ணீர் குடித்தால் விஷத்தின் பாதிப்பு அவ்வளவாக இருக்காது என்ற எண்ணம் அவளுக்கு.

''இன்னியோட எல்லாச் சனியனும் முடிஞ்சிபோச்சி. இனி மேலாச் சும் ஊரு தூங்கட்டும். இந்த ஊரு கண்ண மூடி எம்மாம் காலமாச்சு'' சாமியம்மாள் சொன்னாள்.

செல்வராணி பாக்கியத்துடன் ஒட்டி உட்கார்ந்துகொண்டாள். அவளுடைய ஒரு கையை எடுத்துத் தன் மடியில் வைத்துக்கொண் டாள். செல்வராணியின் முகத்தையே பழனி பார்த்தார். சாப் பாட்டுத் தட்டையும் செம்பையும் எடுத்துக்கொண்டுபோய் அவரே வைத்தார்.

''நீ சாப்புடுறியா?'' என்று சாமியம்மாவிடம் பழனி கேட்டார்.

''திங்கணும். திங்கணும். விசத்தத்தான் திங்கணும்'' என்று அவள் சொன்னாள்.

பழனி உள்வீட்டுக்குள் சென்று மரப்பெட்டியைத் திறந்தார். ஒரு பையில் வைத்திருந்த அறுபதாயிரம் பணத்தை எடுத்தார். மற்றொரு முடிச்சில் முடிந்து வைத்திருந்த பையை எடுத்துக் கொண்டு வந்து பாக்கியத்தின் முன் உட்கார்ந்து பணத்தைத் தரை யில் வைத்தார். கையிலிருந்த பையிலிருந்து மூன்று சங்கிலி, இரண்டு ஜோடிக் கைவளையல்கள், மூக்குத்தி, மோதிரம் என்று நான்கு உருப்படிகளை எடுத்துவைத்தார். சாமியம்மா பக்கம் திரும்பி ''ஒன் சங்கிலி, மூக்குத்தி, தோடு, வளய எல்லாத்தயும் கழட்டிக் கொடு'' என்று சொன்னார். அவளிடம் எந்த அசைவுமில்லை. ஏழெட்டு முறை கேட்ட பிறகுதான் ஒவ்வொன்றாகக் கழற்றி விட் டெறிந்தாள். பழனியின் செய்கை அவளுக்குப் பீதியை உண்டாக் கிற்று. ஏதாவது பேசினால் ''தூக்குப் போட்டுக்கப்போறன். நீயும் ஒம் மவளும் இருங்க'' என்று சொல்லிவிட்டுக் கிளம்பிவிடுவாரோ

என்ற கவலை அவளை அரித்துக்கொண்டிருந்தது. நெருப்பின் மீது உட்கார்ந்திருப்பது மாதிரி அவளுடைய உடம்புச் சூட்டில் கொதித் துக்கொண்டிருந்தது. சாமியம்மா விட்டெறிந்த நகைகளைப் பழனி பொறுக்கியெடுத்தார். ''நீயும் கழட்டு'' என்று செல்வராணியிடம் சொன்னார். சங்கிலி, தோடு, மூக்குத்தி என்று அவளும் கழற்றிக் கொடுத்ததும் பணம், நகை என்று எல்லாவற்றையும் ஒரு பையில் போட்டுக் கட்டி ''இந்தா. இதான் என்னால முடிஞ்சது. வச்சிக்க. ஒன் துணிவுள எடுத்துக்க. ஊட்ட வுட்டுப் போயி சேரு'' என்று சொல்லிப் பையைப் பாக்கியத்தின் கையில் வைத்தார். பேய் அறைந்தவள் மாதிரி பாக்கியம் பழனியை வெறித்துப் பார்த்தாள். ''கௌம்பு. விருத்தாலத்திலியோ உளுந்தூர்பேட்டயிலியோ ஒன்னெக் கொண்டுபோயி வுட்டுடுவன். அதுக்கு மேல நீதான் ஒன் பாட்டயப் பாத்துக்கணும். ஒன்னெப் பெத்ததுக்கு என்னால முடிஞ்சது இவ் வளவுதான்.''

பாக்கியம் நெருப்பை விழுங்கியது மாதிரி வீறிட்டு அலறினாள். ''சத்தம் காட்டாத'' என்று பழனி சொன்னார். அவர் சொன்னது பாக்கியத்தின் காதில் விழுந்த மாதிரி தெரியவில்லை.

''இப்ப அயிது என்னா பண்றது? ஒங்கூடத்தான் அந்தப் பயலும் படிச்சான். வேலைக்கும் போயிட்டான். அவனப் பாத்து ஊரே பயப் படுது. கட்சிக்காரனே அஞ்சுறான். ஆனா, ஒன்னெப் பாத்து ஊரே சிரிக்குது. ஊருல எல்லாரும்தான் புள்ள பெத்தாங்க. நானும்தான் பெத்தன். ஒண்ணு ஊருக்காலி. இன்னொன்னு மொடக்காலி'' என்று சொல்லும்போதே பழனியின் கண்கள் கலங்கின. ''எனக்குக் கண் ணாலமானப்ப இருப்பத்தி மூணு வயசி. இருவது வருசம் கயிச்சி 'அரி ஓம்'ன்னு நீ பொறந்த. இருவது வருசமா நானும் ஒங்கம்மாளும் போவாத கோவுலு இல்லெ. குளிக்காத குளமில்ல. குடிதெய்வத் துக்கு வருசாவருசம் ஆடு, கோழின்னு வெட்டிக் காவுகொடுத்தன்.

பொங்கப் பூசன்னு வச்சன். புள்ள பெக்கலன்னு ஒங்கம்மாக்காரிய எங்கம்மாக்காரி பேசுன பேச்சு அம்மாம் இம்மாம் இல்ல. அவ மட்டுமா பேசுனா? ஊரு பேசிச்சு. ஒலகம் பேசிச்சு. நீ பொறந்த. ஊருல இருக்கிற காத்தாயி, மஞ்சாயி, மூக்காயின்னு பேரு வைக்காம 'பாக்கியம்'ன்னு ஊருல இல்லாத பேரா வச்சன். இப் பியும்தான் சனங்கப் பேசுறாங்க. நாக்கப் புடுங்கிக்கிட்டுச் சாவு றாப்பல. பாலு குடிக்கிற புள்ளகூடப் பேசிடிச்சி. மூணு வருசமாச் சோறத் தின்னு உசுரோட இருக்கல. பீயத் தின்னுத்தான் உசுரோட இருந்தன். ஆச்சு. எல்லாம் முடிஞ்சிபோச்சி. மூக்க அறுத்துப்புட்ட'' என்று சொன்ன பழனி பாக்கியத்தை உற்றுப்பார்த்தார். பெருமூச்சு விட்டார். உள்ளடங்கின குரலில் ''பைய எடுத்துக்க. மானம் உள்ளவன்தான் உசுரோட இருக்கணும்'' என்று சொல்லிவிட்டு மூக்கை உறிஞ்சிக்கொண்டே எழுந்து நின்றார்.

''அப்பா'' என்று சொன்ன பாக்கியம் பழனியின் காலில் விழுந் தாள். ''சத்தம் காட்டாத'' என்று பழனி சொன்னார். செல்வராணி யும் சாமியம்மாவும் அழ ஆரம்பித்தனர்.

''துணிய எடு, போவலாம்'' என்று பழனி சொன்னார். அவரு டைய காலிலேயே தரையோடு தரையாக பாக்கியம் கிடந்தாள். சுவரோடு ஒட்டிய பல்லி மாதிரி சாமியம்மா சுவரில் சாய்ந்து உட் கார்ந்திருந்தாள். செல்வராணி மிரண்டுபோய் அழுதுகொண்டிருந் தாள். பாக்கியத்தின் துணிகளை யாருமே எடுக்காததால், பழனியே துணிகளை எடுத்து ஒரு பையில் திணித்தார். அவளுடைய படிப்புச் சான்றிதழ்களையும் எடுத்து வைத்தார். பாக்கியத்திடம் வந்து நின்று கொண்டு ''அந்தப் பய விலாசம் இருந்தாச் சொல்லு'' என்று கேட்டார்.

''நீதான்ப்பா வேணும். எனக்கு வேற ஆரும் வாணாம்ப்பா'' என்று சொல்லி பாக்கியம் கதறினாள். அவளுடைய அழுகையும் கதறலும் கல்லையும் கரைத்துவிடும். ஆனால், சாமியம்மா சொன்னாள்: ''மூணு

வருசம் கயிச்சி இன்னிக்கித்தான் அப்பனத் தெரியுதா? மருந்து வச் சாப்ல ஆடுனியே ஆட்டம். அப்பத் தெரியிலியா?'' கீச்சாதிக்காரப் பயலுக்குக் கால விரிக்கவா புள்ள பெத்தன்?

''எரியுற ஊட்டுல சீமெண்ணெய ஊத்துறா பாரு'' துளசி முனகி னாள்.

''வவுத்தான் மகன் பெரியசாமியோடு பார்த்தேன்'' என்று உள் ளூர்ப் பையன் வந்து சொன்ன அன்றும், கல்யாணம் வேண்டாம் என்று எலி மருந்து குடித்த அன்றும், தூக்கில் தொங்கிய அன்றும் சாமியம்மா பாக்கியத்தை அடிக்காத அடி இல்லை. உதைக்காத உதை இல்லை. அவள் பெரியசாமியோடு ஓடிப்போய் மாட்டிக் கொண்ட மூன்று முறையும், ஊர்ப் பஞ்சாயத்து கூடிய மூன்று முறை யும் சினம் தீரும் மட்டும், பேச்சுமூச்சு இல்லாமல் போகும்வரையும் விளக்குமாறாலும் செருப்பாலும் அடித்திருக்கிறாள். எவ்வளவு அடித் தாலும் பாக்கியம் வாய்விட்டு அழுதவளில்லை. அழாமல் உட்கார்ந் திருக்கும்போது ஒவ்வொரு முறையும் ''கல்லப் பெத்தன'' என்று சொல்லி, சாமியம்மாதான் முகத்தில் அடித்துக்கொண்டு அழுவாள். ஓடிப்போன மூன்று முறையும் ஊரே கூடி அடித்தது. சாணியைக் கரைத்துக் குடிக்க வைத்தது. மயிரையும் அறுத்தது. அப்போதும் அவள் அழவில்லை. பத்து இருபது பையன்கள் வேட்டியை அவிழ்த்துக் காட் டியபோதும்கூட அவளுடைய கண்களிலிருந்து ஒரு சொட்டுக் கண் ணீர் வரவில்லை.

''நீ சொல்றபடி கேக்குறன்ப்பா. நீ சொல்ற ஆளயே கட்டிக் கிறன்ப்பா. நம்ம சாமிமேல சத்தியம். அம்மாமேல சத்தியம். பாப்பாமேல சத்தியம். ஓம்மேல சத்தியம்ப்பா. நம்ப ஆயாமேல சத்தியம். நீதான்ப்பா வேணும்'' என்று சொல்லி, பிள்ளையைப் பறிகொடுத்தவள் மாதிரி, புருசனைப் பறிகொடுத்தவள் மாதிரி கத்திக் கதறி அழுதாள் பாக்கியம்.

''இன்னிக்கி அயிது என்னாடி பண்றது? நாதேறி. கொல வாங்கிப் புட்டு அயிது காட்டுறா. நீதான ஒன் வாயில மண்ண அள்ளிப்போட் டுக்கிட்ட'' என்று சொன்ன சாமியம்மாவுக்கு பாக்கியம் மனம் மாறிவிட்டாளோ என்ற சந்தேகம் வந்தது. ''பொட்டச்சி மனசு சுந்து பண்ணுமே'' என்று மறுநொடியே சொன்னாள். அதே நேரத்தில் பாக்கியம் அழுகிற அழுகையும், அவள் பழனியின் காலில் விழுந்து கிடக்கிற விதமும் பொய் மாதிரியும் தெரியவில்லை. பத்துப் பதினைந்து வருடம் கழித்து இப்போதுதான் சிறுபிள்ளை மாதிரி அழுகிறாள். ஜோசியக்காரன் சொன்னதுதான் நிஜமோ என்று சாமியம்மா வுக்குத் தோன்றியது.

பெரியசாமிக்கும் பாக்கியத்துக்கும் உறவென்று தெரிந்த பிறகு, இரண்டு முறை நிச்சயதார்த்தம் நின்றுவிட்ட பிறகு பெண்ணாடம் பொன்னேரி ஜோசியக்காரனிடம் ஜாதகத்தை எடுத்துக்கொண்டு போய்க் காட்டினாள். பாக்கியத்தின் ஜாதகத்தைப் பார்த்ததுமே யாரோ சொல்லிக்கொடுத்த மாதிரி ''ஜாதகப்படி புள்ளெ சோரம் போவும். இந்த ஜாதகத்தால பெரிய கலகம் மூளும். போலீசு கேசுன்னு போனாலும் ஆச்சரியப்படுறதுக்கில்ல. அஞ்சாறு வருசத்துக்குப் பேய் புடிச்சி ஆட்டுனாப்ல ஆட்டும். அப்பறம் தானா படிப்படியா தன் னால வசத்துக்கு வந்துடும்'' என்று சொன்னான். மிரண்டு போன சாமியம்மா ''இதுக்குக் கயிவிட ஒண்ணுமில்லிங்களா?'' என்று சிறு பிள்ளை மாதிரி கேட்டாள்.

''கொட புடிச்சா மழ நின்னுடுமா? கடலுக்கு அண கட்ட முடி யுமா? தோசமா இது? முடிகவுரு போட்டு, தோசம் கழிச்சி, பரி காரம் பண்றதுக்கு. விதிம்மா விதி. ஈசன் எயிதுனது. அதெ என் னால மாத்த முடியுமா? போம்மா. விதியப் பரிகாரத்தால நிவர்த்திப் பண்ண முடியாது'' என்று ஜோசியக்காரன் அடித்துச் சொன்னாலும் மனசு கேட்காமல் கேட்டாள்: ''ஒண்ணும் மாத்த முடியாதா சாமி?''

''கருத்தரிச்ச நேரத்த மாத்த முடியுமா? தாயி வவுத்திலிருந்து வெளிய

பூமிக்கு வந்த நேரத்த மாத்த முடியுமா? முடியாதில்ல. அப்பிடித் தான் இதுவும். இது ஈசனோட எயித்தும்மா'' என்று சொன்னான் ஜோசியக்காரன். சாமியம்மா எழுந்ததும், அவள் வைத்த ஐம்பது ரூபாய் பணத்தையும் வெற்றிலைபாக்கையும் எடுத்தான். வெற்றிலை பாக்கை மடியில் செருகிக்கொண்டு பணத்தைச் சாமியம்மாவிடம் கொடுத்து ''இத வச்சி எண்ணெ வாங்கிச் சிவன் கோவுல்ல வெளக்குப் போடு'' என்று சொன்னான். சாமியம்மா மீறிக் கொடுத்தபோதும் பணத்தை வாங்கிக்கொள்ள மறுத்துவிட்டுச் சொன்னான் ''எனக்கு ஆறு புள்ளிவோ. இந்த வாய வித்துதான் அதுவுளுக்குச் சோறு போடுறன். புள்ள எங்கிருந்தாலும் உசுரோட இருந்தா போதும்ன்னு வுட்டுட்டுப் போ. கச்சிகட்டாத. மகராசியா இருப்ப, போ.''

ஜோசியக்காரன் சொன்ன மாதிரி ஐந்தாறு வருடமாகப் பிடித் திருந்த பேய் விட்டுவிட்டதோ அதனால்தான், இப்படிப் பேசுகிறாளா என்று சந்தேகப்பட்டாள் சாமியம்மா.

''பொல்லாத கிரகவாட்டம் எம் புள்ளயப் புடிச்சி ஆட்டுதே, கடவுளே. நான் என்ன செய்வன்?'' என்று சொல்லி அழ ஆரம்பித்தாள்.

''சத்தம் காட்டாத. தீம்பு வந்து நேந்துப்புடும்'' என்று சாமி யம்மாவிடம் சொன்ன பழனி, பாக்கியத்திடம் ''கால வுடு'' என்றார்.

''எனக்கு இன்னிக்கித்தான் எல்லாம் தெரியுது. நீ சொல்ற ஆள ரெண்டாம் தாரமாயிருந்தாலும் கட்டிக்கிறன்ப்பா. எனக்கு இப்பத் தான் கண்ணுக் கட்டெ அவுத்துவுட்ட மாரி இருக்கு.''

''நீ சொல்றது இனிமே நடக்காது. இது சினிமா இல்லெ. அஞ் சாறு வருசமா ஊரு, ஒலகமே சிரிச்சிப்போச்சி. ஒருத்தனும் கட்ட மாட்டான். சொத்துப்பத்து, காடுகரய வித்துக்கொடுத்தாலும் வர மாட்டானுவ. இது வீம்புக்குச் சூரிக்கத்திய முழுங்கிற சாதி. கட்டு றதுக்குக் கோமணம் இல்லன்னாலும் சாதிய வுட மாட்டானுவ. அப்பிடியே வந்தாலும் ஒன்னால வாழ்க்க செய்ய முடியாது.

மீறிட்டாலும் ஒவ்வொரு நாளு பொழுதயும் நீ நெருப்புமேல நடந்து தான் வரணும். அதுக்கு ஊருக்காரன்கிட்ட கொடுத்த வாக்கயே காப்பாத்தலாம்.''

''அப்பிடியே செய்ப்பா. பாலிடாயில தண்ணீ குடிக்கிற மாரி குடிச்சிடுறன். குடிச்சிட்டுப் போயி நம்ப முந்திரிக் காட்டுல படுத்துக் கிறன். இல்லன்னா மின்ன செஞ்சில்ல அந்த மாரி வாளிக் கவுத்த வச்சி என்னெ ஊட்டுல வுட்டுப் பூட்டிட்டுப் போயிடுப்பா.''

''ஐயோ ஐயோ. மூணு வருசம் கயிச்சிச் சொல்றா பாரு. பாவி. என் நெஞ்சு வேவுதே. ஊரு ஒலகத்தில ஒரு சாமிகூட இல்லியே'' சாமி யம்மா முகத்திலேயே அடித்துக்கொண்டாள்.

''அப்பா சோறு வச்சப்பத்தாம்மா எனக்குத் தெரிஞ்சிது.''

''நான் பாவி'' சாமியம்மா கதறினாள்.

''இதிலியாச்சும் எம் பேச்சக் கேளு'' என்று பழனி சொன்னதும் 'மடார்மடார்' என்று பாக்கியம் சுவரில் தலையை மோதிக்கொண் டாள். ''யே அப்பா'' என்று ஊரே அதிர்ந்துபோகும்படி கத்தினாள்.

''சூறக்காத்து வந்து ஊர அள்ளிக்கிட்டுப் போவலியே. எம் புள்ளெ ஊரு மின்னால கையக் கட்டிக்கிட்டு நின்னுப்போச்சே. இந்தக் கூட்டுல எதுக்கு இன்னும் உசுரு இருக்கு'' துளசி ஒப்பாரி வைத்தாள்.

''ஊரு கண்ண மறைக்க முடியுமா?'' சாமியம்மா கெஞ்சுவது மாதிரி கேட்டாள்.

''குளிரில ஒருத்தனும் வெளிய வர மாட்டான். ரெண்டு ஊடுதான? தாண்டுனா முந்திரிக் காடு வந்துடும்.''

''ஊரச் சுத்தி நெருப்பா இருந்தா எங்க குடிக்கிறது?'' சாமியம்மா அழ ஆரம்பித்தாள்.

''நேரமில்ல. விடிஞ்சா ஊருக்காரன் மொகத்தில நான் முழிக் கணும். இப்ப அந்தப் பயலுக்குத் தகவலு சொல்ல வழியிருக்கான்னு

பாரு'' என்று சொன்னார். அவருக்குப் பைத்தியம் பிடித்து விட்டதோ என்று சாமியம்மாவும் செல்வராணியும் நினைத்தனர். யாரும் வாயைத் திறக்காததால் 'நீ போனு வச்சியிருக்கல்ல. அதுல இன்னது இப்பிடின்னு அந்தப் பயகிட்ட பேசிக் கலந்து கிட்டு வா. ஒரு எடத்தச் சொல்லச் சொல்லு. அங்க போயி வுட்டு டுறன்'' என்று பழனி செல்வராணியிடம் சொன்னார். என்ன சொல் கிறார், என்ன செய்கிறார், தெரிந்துதான் செய்கிறாரா என்று மூன்று பெண்களும் பயத்துடன் பழனியைப் பார்த்தனர்.

பழனி திரும்பத்திரும்பச் சொன்னார். யாரும் கேட்காததால் பாக்கியத்தையும் செல்வராணியையும் வெளியே இழுத்துக்கொண்டு வந்துவிட்டார். வீட்டுக்குள் வந்தவரிடம் சாமியம்மா கேட்டாள்: ''இது நல்லதா?''

''ஊருக்காரன் மூஞ்சியில துப்புவான். துப்பட்டும். அஞ்சாறு வருசமா துப்பல. புதுசாவா துப்பப்போறான்? மானம் ரோசம் பாத்தா உசுரோட இருக்க முடியாது. பொட்டச்சியப் பெத்தத துக்கு இதுகூட இல்லன்னா அப்புறம் எப்பிடி? இதுக்காகத்தான நீயும் நானும் இருவது வருசம் தவம் கெடந்தம். நாம்பக் கேட்டம். கடவுளு கொடுத்தான். இருவத்தி நாலு வருசம் கயிச்சி வாங்கின வரத்த வாணாமின்னா வுடுவானா?''

''ஊருல எப்பிடிக் குடியிருக்கிறது?''

''இல்லாம எங்க போறது? போனா சுடுகாட்டுக்குத்தான் போவ லாம். யாரும் சோறு போடப்போறதில்ல. காட்டு வேல, ஊட்டு வேலக்கி ஒருத்தனும் வர மாட்டான். சாவு வாவுக்கு வர மாட்டான். இனிமே இந்த ஊட்டுல கருமகாரியம் மட்டும்தான் நடக்கும். நீ சாவணும். நான் சாவணும். அவ கதெதான் முடிஞ்சிபோச்சி. அப்பறம் இந்த நொண்டிப் புள்ள. அதுக்கொண்ணும் நல்லது நடக்காது. இந்த ஊட்டுலியே சாவுறமுட்டும் எறும்பு மாரி ஊந்துகிட்டுக்

கெடக்கப்போவுது. அப்பறம் என்ன? ஒருத்தனும் வேண்டியதில்லெ. காடும் ஊடும் மாடும் இல்லன்னா கதெ எப்பியோ மாறிப்போயி ருக்கும். தேசாந்திரம் போயிடலாம்.''

''சனங்க எம்மாம் பேசுவாங்க?''

''வாயி அதுக்காத்தான இருக்கு. இன்னியோட நமக்குக் காது இல்லன்னு போவம்.''

''இப்ப அவ பேசுறது நெசம்ன்னு எம் மனசுல படுது. ஊரக் கூட்டிச் சொல்லிப்புடலாம். அபராதம் போட்டா கட்டிப்புடலாம். மூணு நாலு வருசம் போவட்டும். மத்தத அப்பறம் பேசிக்கலாம்.''

''நம்பப் பேச்சு ஊருல மேவாது. பாலூருல சித்திரவல்லிய செஞ்ச மாரி செஞ்சிப்புடுவானுவோ.''

''புரியல. நல்லூர்ல நடந்த மாரியா?''

''இது வேற மாரி. விருத்தாலத்துக்குப் பக்கத்திலியே சிதம்பரம் போற ரோட்டுலதான் இருக்கு பாலூரு. அந்த ஊருல நம்ப எனத்து தருமன் வாத்தியார் மவன் சேகருக்கும் கீச்சாதித் தெருவுல இருந்த சித்திரவல்லிங்கிற குட்டிக்கும் எப்பிடியோ சேர்மானமாயிப் போச்சி. அந்தக் குட்டி பன்னண்டாவது படிச்சவ. பெத்தவன் மவன்காரன் கிட்ட சொல்லிப்பாத்துருக்கான். கேக்கல. அந்தக் குட்டிக்கிட்டயும் சொல்லிப்பாத்திருக்கான். கேக்கல. கீச்சாதித் தெருவுலயும் சொல்லிப் பாத்திருக்கான். காரியம் நடக்கல. கண்ணாலம் கட்டுடான்னாலும் கட்டிக்க மாட்டடங்குறான். நம்ப ஊருல நடந்த மாரியே அங்கியும் சண்ட சச்சரவு, அடிதடி ரெண்டு வருசம் நடந்திருக்கு. அவ மாசமா இருந்திருக்கிறா. கீச்சாதிக்காரப் பயலுவோ எல்லாம் ஒண்ணாக் கூடிக் கிட்டுக் கண்ணாலம் கட்டியே தீரணும்னு பஞ்சாயத்து பண்ணி யிருக்கானுவோ. 'டேசனுக்குப் போவன், கோர்ட்டுக்குப் போவன்'னு வம்பு வயக்குப் பண்ணியிருக்கானுவோ. தருமன் வாத்தி ஒரு தந்த ரம் பண்ணி மவன்காரன்கிட்ட ''அந்தக் குட்டியவே கண்ணாலம்

கட்டிவைக்கிறன். 'இன்ன தேதியில, இந்த எடத்துக்குக் கூட்டிக் கிட்டு வா'ன்னு சொல்லிட்டான். அப்பன்காரன் சொன்ன மாரியே அந்தப் பய அந்தக் குட்டியப் பட்டப்பகல்ல அவனோட குடிதெய்வம் கோவுலுக்குக் கூட்டிக்கிட்டுப் போயிருக்கான். அங்கப் போனா கோவுலுக்குள்ளயிருந்து திபுதிபுன்னு வயசு பயலுவுளா பாஞ்சி இரு வது பேரு ஓடி வந்து அந்தப் பயலப் புடிச்சிக் கட்டிவச்சிட்டானுவ. அந்தக் குட்டிக்கிட்டப் போயி "இது வேணுமின்னுதான அலஞ்ச. வா. இத்தன பேரு வந்திருக்கம்னு சொல்லி அத்தன பேரும் அவள மானபங்கம் படுத்திவுட்டானுவ. பாஞ்சி இருவது ஆம்பளவோ ஒரு குட்டியப் புடிச்சிக்கிட்டு உலுக்கி எடுத்தா என்னா பண்ணுவா? செத்துப்போயிட்டா. மானவெக்கம் தாங்காம அந்தக் குட்டியே தூக் குல தொங்கிட்டான்னு சொல்றாங்க. பாஞ்சி இருவது பேரு சணக் காடா பொணக்காடா அடிச்சத வெளிய சொல்லிடப்போறான்னு கயித்த நெரிச்சிக் கொன்னதாகவும் சொல்லிக்கிட்டாங்க. 'அவனுது தான் வேணுமா? ஊருக்காரன் எங்ககிட்ட இல்லியா பாரு'ன்னு கும்பக் கூட்டத்திலியே வேட்டிய அவுத்துக் காட்டுன பயலுவ. என்ன வேணுமின்னாலும் செய்வானுவோ. ஊருக்குக் காவ இருக்க முடியாது. கதவு போனாத்தான் திருட்டா?"

"ஐயோ கடவுளே" சாமியம்மா முனகினாள். "கிழக்கால தெரு வுல தொட்டிக்குப்பத்தாரு மவன் மணி இருக்கானில்ல. அவன் நாலு வருசத்துக்கு மின்னாடி பங்காளி அங்காளிகூட இல்லெ. ஒடன் பொறந்த சித்தப்பன் மவ மல்லிகாவ இயித்துக்கிட்டு ஓடிப்புட் டான். மூணு வருசம் கழிச்சி ரெண்டு புள்ளயோட வந்து அதே ஊட்டுலதான் இருக்காங்க. சொந்தம் கொண்டாடாமியா போயிட் டாங்க. அதுல ஊருக்காரனுக்கு வெக்கமானம் இல்லெ."

"சித்தப்பன் மவளாயிருந்தாலும், பெரியப்பன் மவளாயிருந்தாலும் சாதி ஒண்ணுல்ல."

''சாதியில சாண்டதான் ஊத்தியடிக்கணும். அக்கா தங்கச்சின்னு மொற இல்லாம போறவனுக்கு எதுக்குச் சாதி?''

''ஊருல ஆயிரம் இருக்கும். நம்ப ஒயிங்கா இருந்தா யாரு என்னா சொல்லப்போறாங்க.''

''ஊருல ஒரு தரும நியாயம் இல்லியே'' துளசி சொன்னாள்.

துவண்டுபோய் வீட்டுக்குள் வந்த பாக்கியத்திடம் ''என்னாச்சு?'' என்று பழனி கேட்டார். பலமுறை கேட்டும் அவள் வாயைத் திறக்கவில்லை. செல்வராணிதான் சொன்னாள் ''பேசியாச்சு. அவுங்க தெருப் பையன் மோட்டார் பைக்கில மங்கலம்பேட்ட ஏரிக் கரயில நிப்பானாம். அவங்கிட்ட போயிட்டா அவன் அழச்சிக்கிட்டுப்போயி விழுப்புரத்தில பஸ் ஏத்தி மெட்ராசுக்கு அனுப்பிடுவானாம்.''

''சரி. பைய எடு. நேரமில்லெ. எமன் மாரி ஊரே காவக் காத்துக்கிட்டு இருக்கு'' என்று சொன்னதோடு குனிந்து துணிப் பையை எடுத்து பாக்கியத்திடம் கொடுத்து ''கண்காணாத தேசமா ஓடிப்போயிடு. எங்கிருந்தாலும் உசுரோட இருக்கணும். காடுகர போனா சம்பாரிச்சிடலாம். சொத்துப்பத்து, நக நட்டு, பண்டம் பாடி போனா சம்பாரிச்சிடலாம். உசுரச் சம்பாரிக்க முடியாது. இருவது வருசமாச்சி ஒன்னெப் பாக்கறதுக்கு. பெத்தவன்ங்கிற மொற யில என்னால ஒனக்கு இதான் செய்ய முடிஞ்சது. இனி நான் செத்தா நீ இல்லெ, நீ செத்தா நான் இல்லெ'' என்று சொன்ன பழனி மூக்கை உறிஞ்சினார். அவருடைய கண்களில் கண்ணீர் திரைகட்டியது.

''எனக்கு இப்ப வயசி என்னா தெரியுமா? அறுவத்தாறு. இன்ன மும் ஊருக்குள்ளார எங்கப்பன் பேரச் சொல்லித்தான் கூப்புடு றாங்க. 'சீ அவனா'ன்னு பேரு எடுக்கல. 'அவன் மவனா'ங்கிற பேரும் வாங்கல. எங்கப்பன் பேர நான் சாவுற முட்டும் கெடுக்க மாட்டன். ஒன்னெக் குத்தம் சொல்லல. காலம் அப்பிடி. ஒலகம் அப் பிடி. நல்லூருல நடந்த கதெ, பாலூருல நடந்த கதெ, முட்லூருல

நடந்த கதெ எல்லாம் உனக்குத் தெரியும். பழிபாவத்துக்கு, வெட்டுக்குத்துக்கு அஞ்சாத சாதியில பொறந்ததும் ஓனக்குத் தெரியும். நாளக்கிங்கிறது ஓனக்கு மனசுல படல. வெளயாட்டுன்னு நெனச்சிக்கிட்ட. சரி வா'' என்று சொல்லிவிட்டு இரண்டு தப்படி முன்னே வைத்தார். பாக்கியம் அசையாமல் பட்டுப்போன மரம் மாதிரி அப்படியே நின்றுகொண்டிருந்தாள். அவள் நிற்பதைப் பார்த்துவிட்டுத் திரும்பிவந்து ''என்னா?'' என்று கேட்டார்.

இடி விழுந்த வீடு மாதிரி சத்தமில்லாமல் இருந்தது. பழனிக்கு என்ன தோன்றியதோ ''திருநீறு இட்டுக்கிட்டு வா'' என்று சொன்னார். கல் போன்று பாக்கியம் அசையாது நின்றுகொண்டிருந்தாள். சாமியம்மா பக்கம் திரும்பி ''நீயாச்சும் திருநீறு இட்டு அனுப்பன்'' என்று சொன்னார். அவளிடம் எந்த அசைவுமில்லை. ''நீயாச்சும் வாயன்'' என்று துளசியைக் கூப்பிட்டார். ''நீயே வச்சிடு'' துளசிக்கு அழுகையைக் கட்டுப்படுத்த முடியவில்லை.

''என் ஊட்டு வம்முசத்தப் பெருக்கவா போறா? நல்ல வெளக்க ஏத்தி வச்சி ஊட்டுக்குள்ளார சாதிசனத்தோட அழக்கிறதுக்கு? என் ஊட்டுக் குடியக் கெடுத்துப்புட்டு, என் ஊட்டு வெளக்க அணச்சிப்புட்டுப் போறா. நான் திருநீறு வைக்க மாட்டன்'' என்று கோபமாகக் கத்தினாள் துளசி.

நடுங்கிக்கொண்டிருந்த பாக்கியத்தின் கையைப் பிடித்து உள் வீட்டுக்கு அழைத்துச் சென்று சாமி படத்தின் முன் நிறுத்தினார். கற்பூரத்தை ஏற்றினார். சாமி கும்பிடச் சொன்னார். பழனி மட்டும் தான் சாமி கும்பிட்டார். பாக்கியத்துக்குத் திருநீறு இட்டார். மறு நொடியில் காற்றில் சரிந்து விழும் மரம் மாதிரி தரையில் விழுந்து பழனியின் காலைத் தொட்டுக் கும்பிட்டு ''மருந்து வாங்கிடுப்பா'' என்று சொன்னாள். பழனியின் கண்களிலிருந்து பொலபொலவென்று கண்ணீர் கொட்டியது. தரையில் கிடந்த

பாக்கியத்தைச் சிறு குழந்தையைத் தூக்குவது மாதிரித் தூக்கித் தன் தோளோடு சாய்த்துகொண்டார்.

“இப்ப அயிது என்னா பண்றது? ‘புத்திமாரிப் போவாத’ன்னு நானும் சொன்னன். ஒங்கம்மாவும் சொன்னா. ஆயா சொல்லிச்சு. நீ கேக்கல. ஒரே மனசா இருந்திட்ட. கடலப் புடிப்பன், மலயத் தூக்குவன்னு சொன்ன. இப்ப அயிவுற. பழம் பயித்தா தரயில வியிந்துதான ஆவணும். வியும்போது முள்ளுமேல வியப் போறமா, கல்லுமேல வியப்போறமா, சாக்கட மேல வியப் போறமான்னு பழத்துக்குத் தெரியுமா? அவப்பேர நீக்கறதுக்குப் பொறந்திருக்கன்னு நெனச்சன். நாம்ப ஆசப்படுறது மாரியிருந்தா கடலு கடலா இருக்காது. எம்மானோ கோவுலுக்குப் போனன். திருவண்ணாமல அண்ணாமலயாரு கோவுலுக்குப் போன பின்னால தான் நீ பொறந்த. நீ பொறக்கணுமின்னு வேண்டிக்கிட்டன். பொறந்தது உசுரோட இருக்கணுமின்னும் வேண்டிக்கிட்டன். இதெ நான் வேண்டிக்கல.”

“மருந்து வாங்கிடுப்பா. இல்லன்னா ஊருக்காரங்ககிட்ட வுட்டுடு.”

“ஊருக்காரங்கிட்ட ஒன்னெ வுட முடியாது. நல்லூருல நடந்த மாரி நடந்தாக்கூடப் பரவாயில்ல. பாலூரு சித்திரவல்லிக்கு நடந்த மாரி நடந்திட்டா?”

“பாப்பாகூடவே இருந்திடுறன். அவ இல்லாட்டி என்னால இருக்க முடியாது. சாவுறமுட்டும் அவளுக்கு ஒரு ஆளு தொண வேணுமில்ல.”

“இப்பத்தான் தங்கச்சிமேல பாசத்தக் காட்டுறா. வேசக்காரி. சுடுகாட்டுக்குப் போனப் பின்னால புத்தி தெளிஞ்சி என்னா பண்றது? என் கொல பதறுதே. எம் பொணம் சுடுகாட்டுக்குப் போவலியே” புலம்பினாள் சாமியம்மா.

''மொதல்ல அவளக் கொல்லணும். அண்ணன் மவன்னு கட்டுனது மகா பிசகாப் போச்சி. அவளக் கட்டலன்னா இந்தப் புள்ள எதுக்குப் பொறக்கப்போவுது. எம் புள்ளெ எதுக்கு ஊரு நாடெல்லாம் பேரு கெட்டுப்போயி நிக்கப்போவுது?''

''நீ கெளம்பு.''

''வாணாம்ப்பா.''

''நீ இங்கயிருந்தா ஒன் உசுரு ஒனக்குச் சொந்தமில்ல. நான் உசுரோட இருக்கணுமின்னா எம் பேச்சக் கேளு. இது ஓம் மேல ஆண. அப்பறம் ஒன்னிஸ்டம்'' என்று பாக்கியத்தின் தலையில் பழனி கை வைத்ததுதான். ஓடிப்போய்க் கதவில் மோதிக்கொண்டு வீறிட்டாள் பாக்கியம். அவள் அழுவதைப் பார்த்தால் துணியை உருவிக்கொண்டு நடுத்தெருவில் விட்டது மாதிரி இருந்தது.

''அவதான் அக்குப்பிக்கு இல்லாம இருக்கங்குறாளே. சாவளவும் நம்பக் கூடவே இருந்திட்டுப்போறா. புள்ளயப் பெத்தது இந்த மாதிரி சாவவா?''

''நான் வுட்டா, ஊரு வுட்டுடுமா?''

''ஐயோ கடவுளே'' கத்தி அழுதாள் சாமியம்மா. அவளை விடவும் அதிகமாக அழுதாள் செல்வராணி.

''சத்தம் காட்டாதீங்க. காரியம் கெட்டுப்புடும். என்னெப் பஞ்சாயத்தில கட்டி வச்சிடுவானுவோ. துரியோதினக் கூட்டம் மாரி ஊரே ஒண்ணாக் கூடிக்கிட்டு நிக்குது'' என்று பழனி சொன்னது சாமியம்மா காதிலும் விழவில்லை. செல்வராணி காதிலும் விழவில்லை. அந்த நேரம் பார்த்து மின்சாரம் நின்றுவிட்டது. வீடு இருள் அடைந்துவிட்டது.

''திலுப்பியும் கரண்டு வராம இருந்தா நல்லதுதான். இருட்டு வேள நல்லது. இந்த நேரத்திலெ எதுக்கு கரண்ட நிறுத்தினான்? கரண்ட வுடாம இருந்தா கரண்டுக்காரனுக்குப் புண்ணியம்தான்'' பழனி சொன்னார்.

விளக்கைத் தேடியெடுத்து ஏற்றினார்.

''சகுனத் தடங்கலு மாரி வெளக்கு நின்னுப்போச்சி. என்னா கேடு காலம் வரப்போவுதோ. ஊட்டுல எந்தப் பொணம் விய்யப்போவுதோ'' என்று சாமியம்மா சொன்னாள்.

பழனி பாக்கியத்திடம் ''குந்து'' என்று சொல்லிவிட்டு உட்கார்ந்தார். அவருடைய கால்களை ஒட்டியே எதிரில் பாக்கியம் உட்கார்ந்தாள். அவளுடைய முகத்தைப் பார்க்காமல் இருக்க முயன்றார்.

''அப்பா.''

மூன்று வருடங்களுக்குப் பிறகு மனதின் ஆழத்திலிருந்து பழனியை பாக்கியம் கூப்பிட்டாள். அந்த வார்த்தை பழனியின் கண்களிலிருந்து கண்ணீரை வரவழைத்துவிட்டது. பேசக் கூடாது என்பது போல் வாயில் விரலை வைத்துக் காட்டிவிட்டு அவளுடைய தலையைத் தன்னுடைய மடியில் சாய்த்துக்கொண்டு கதறினார். பழனியின் அழுகை பாக்கியத்தை உலுக்கியது. நெருப்பில் விழுந்த மாதிரி துடித்துப்போய்க் கத்தி அழுதாள். அவளுடைய கதறல் சாமியம்மாவையும் செல்வராணியையும் துளசியையும் வாய்விட்டுக் கதற வைத்தது. அந்த வீடு இழவு வீடு மாதிரி இருந்தது.

''காலயில கறி எடுப்பா. ஆக்கிச் சாப்புடலாம். சாயங்காலம் மருந்து வாங்கிடுப்பா.''

''கண்ணு மின்னாலியே இடி வியிந்தாப்ல எங் குடும்பம் கருகிப் போவுதே. அந்தப் பழிகாரப் பய சாவ மாட்டானா. எம் புள்ளக்கி என்னா மருந்து வச்சானோ. ஊருக்காரப் பயலுவோ எம் புள்ளெய இம்மாம் சித்ரவதக் கட்டி அடிக்கிறானுவளே. இவன் சாதிக்காரப் பய ஒருத்தன்தான் கீச்சாதிக்காரிய இட்டாந்து மோட்டாரு கொட்டாயில வச்சிக் குடும்பம் நடத்துறான். ரெண்டு புள்ளயயும் பெத்துட்டான். மூணு நாலு வருசமா இந்தக் கூத்து நடக்கிறது இந்த ஊரு நாயிவுளுக்குத் தெரியாது? வடபாதி காத தூரத்திலியா

இருக்கு? கூப்புடுற தூரம்தான? அதெ என்னா ஏதுன்னு கேக்கறதுக்கு இந்த ஊரு பயலுவுளுக்கு ஒக்கித மசுரு இல்லெ. ஆம்பளச் செஞ்சா ஒண்ணு, பொட்டச்சி செஞ்சா ஒண்ணா? வாய்ச் செத்தவன் மவங்கிறதாலதான் ஊடேறி வந்து வெசத்தக் கொடுக்கிறான். மயிர அறுக்கிறான். சீலயத் தூக்கிப் பாக்குறான்'' என்று பொருமினாள் துளசி.

பாக்கியம் பழனியின் கால்களில் தலையைச் சாய்த்தாள். செல்வ ராணி பழனியிடம் நகர்ந்து வந்தாள். பழனி ''எப்படித்தான் ஓம் புத்தி மாறிப்போச்சோ'' என்று சொன்னார்.

''தெரியலப்பா.''

''தெரியலியா?''

''ஆமாப்பா. ஊருக்காரங்க திட்டாம, அடிக்காம இருந்திருந்தா எந்தப் பிரச்சனையும் வந்திருக்காது.''

''எதிராக் கச்சிகட்டணுமின்னு போனா ஆரு சாவறது?''

''இப்ப எம் மனசுல எதுவுமில்ல. அப்பிடியே வுட்டுடலாம்ப்பா.''

''ஒனக்குப் புரியாது. கோட்டயக் கரயான் அரிச்ச மாரி ஆயிப் போச்சி. போ. அவ்வளவுதான் ஒன் தலயெழுத்து'' என்று சொன்ன பழனி சிறிது நேரம் பேசாமலிருந்தார். திடீரென்று தோன்றியது மாதிரி ''இந்தக் காசி பணமெல்லாம், நக நட்டெல்லாம் கொடுத்தது நீ கறிச்சோறு ஆக்கித் திங்கிறதுக்கில்ல. இதெ வச்சி நீ மேம் படுப்புப் படிக்கணும். வாத்தியாரா ஆவணும்'' என்று சொன்னார்.

''ஓட்டப் பானயில தண்ணிய ஊத்துன கதெதான்'' சாமியம்மா சொன்னாள்.

''நாம்பக் கௌம்பறது அந்தப் பயலுக்குத் தெரியுமா?''

''கிளம்பறப்ப மிஸ்டு கால் கொடுக்கச் சொன்னான்.''

''அப்பன்னா தகவலு கொடுத்திடு. நேரமில்ல'' என்று பலமுறை சொல்லிக் கட்டாயப்படுத்திய பிறகுதான் செல்வராணி நகர்ந்து வெளியே சென்றாள். எழுந்து நின்று நாய் அவளுக்கு வழிவிட்டது.

''நொண்டிக்குட்டி லேசுப்பட்டவ இல்லெ. சேந்துகிட்டுத்தான் ஆடுனா ஆட்டம். அக்காளும் தங்கச்சியும் எம் புள்ளெயத் தவிக்க வுட்டுட்டாளுவோ'' துளசி செல்வராணியைத் திட்டினாள்.

''அரவம் இருக்கான்னு பாத்திட்டு வா'' என்று சொன்னார். உயிர் இருப்பதற்கான அடையாளமின்றி உட்கார்ந்திருந்தாள் சாமியம்மா. பழனியே எழுந்து வெளியே வந்தார். நாய் அவருடன் ஓடிவந்தது. தெருவின் இரண்டு பக்கமும் பார்த்தார். வீட்டுக்குப் பின்புறம், மாடு கட்டியிருந்த இடம், போர்ப்பட்டி என்று எல்லா இடத்திலும் பார்த்தார். திரும்பி வீட்டுக்கு வந்தார். நாய் வந்து வாசலில் படுத்துக்கொண்டது.

''வெளிச்சம் வாணாம். வெளக்க நிறுத்து'' என்று பழனி சொன்னார். பழனியின் முகத்தையே பார்த்தாள் பாக்கியம். பழனி வாயால் ஊதி விளக்கை அணைத்தார். அப்போது வீட்டுக்குள் வந்தாள் செல்வராணி.

''என்னாச்சு? அந்தப் பயகிட்ட பேசுனியா?''

''சொல்லிட்டன்'' என்று பட்டும்படாமல் சொன்னாள் செல்வராணி.

''எழுந்திரு'' என்று சொல்லிவிட்டு எழுந்த பழனி ஒரு வேட்டியை எடுத்து பாக்கியத்திடம் கொடுத்தார். ''போத்திக்க. சீல வெளிய தெரிய வாணாம். வழியில யாராச்சும் 'யாரது'ன்னு கேட்டா நீ வாயத் தொறக்க வாணாம். ஒங் குரலு வெளிய வரப் படாது.''

செல்வராணி பாக்கியத்தின் மடியில் படுத்துக்கொண்டு அழ ஆரம்பித்தாள். பாக்கியம் ஊராரிடம் பேசி மூன்று வருடமாகிவிட்டது. அக்கம்பக்கத்தார்கள், சொந்தக்காரர்கள் என்று யாரிடமும் அவள் ஒரு வார்த்தை பேசியது கிடையாது. சாமியம்மாவிடமும் அவள் பேசியதில்லை. பாக்கியத்திடம் ஏதாவது சொல்ல வேண்டும் என்றால் சாமியம்மா செல்வராணியிடம்தான் சொல்வாள். ஏதாவது செய்தி கேட்டு, ஊருக்குள் பிரச்சினையாகிற அன்றுதான் ''செத்துப் போடி'' என்று சொல்லி அடிப்பாள். அடுத்த பிரச்சினை வந்து அடிக்கும்வரை அந்தப் பேச்சும் இருக்காது. அதுகூட இல்லை பழனியிடம். பாக்கியம் வீட்டுக்குள் இருந்தால் பழனி மாட்டுக்கொட்டகையிலோ, போர்ப்பட்டியிலோ உட்கார்ந்திருப்பார். பழனி வீட்டுக்குள் இருந்தால் பாக்கியம் போர்ப்பட்டியிலோ மாட்டுக் கொட்டகையிலோதான் இருப்பாள். பகல் முழுவதும் வேலை இருந்தாலும் இல்லையென்றாலும் காட்டிலேயே இருந்துவிடுவார். அவருக்குக் குடி காட்டில்தான். மூன்று வருடமாக பாக்கியத்துக்குத் தாயாக இருந்தவள் செல்வராணிதான். பாக்கியத்தின் எல்லா ரகசியமும் அவளுக்குத் தெரியும். ஆனாலும், அவளிடமிருந்து ஒரு வார்த்தையை வாங்க முடியாது. சாமியம்மா அடித்து நொறுக்கும்போதும், ஊர்க்காரர்கள் அடித்தபோதும் வீங்கிய இடத்தில் உருவிவிட்டது, சுடு தண்ணீர் வைத்து ஒத்தடம் கொடுத்தது, தைலம் தேய்த்துவிட்டது, குளிப்பதற்குச் சுடுதண்ணீர் வைத்துக்கொடுத்ததெல்லாம் செல்வராணிதான். அடி வாங்கிப் படுத்தால் எழுந்து நடமாட இருபது நாட்களாகும். அந்த இருபது நாட்களும் பாக்கியத்தை விட்டு ஒரு நூல் நகர மாட்டாள். பாக்கியத்துக்கும் அவளுக்கும் ஒரு வயதுதான் வித்தியாசம். புத்திக்கூர்மை உள்ளவள். ''கூடப்பொறந்த ரத்தப் பாசம். பொட்டச்சி மனசு பேய் மனசு'' பழனி முனகினார்.

''நேரமாவுது'' என்று பழனி சொன்னபோது ஏதோ சத்தம் கேட்டது. பதட்டத்துடன் அவசரமாக வெளியே வந்துபார்த்தார்.

வீட்டைச் சுற்றிப்பார்த்தார். ஆள் அரவமில்லை. ‘‘புதுச் சிக்கல் எதுக்கு? காலத்துக்கும் அவப்பேரா ஆயிப்பூடும். நம்பள மீறிப் புள்ளய யாரு என்னா பண்ண முடியும்? எங்கண்ணன் ஊட்டுக்கு அனுப்பிடலாம்’’ என்று சாமியம்மா சொன்னாள்.

‘‘ராத்திரி நேரத்தில ஊட்டுல நெருப்ப வச்சிட்டுப் போயிடு வானுவ. ஒண்ணும் செய்ய முடியாது. இதே மாரிதான் முட் லூருல நம்ப எனத்துப் பொண்ணுக்கும் கீச்சாதிப் பயலுக்கும் ஒறவாகிக் கடசியில பட்டப்பகல்ல ஊரே கூடியிருக்கயில அந்தக் குட்டிய ஊட்ல வச்சி நெருப்ப வச்சிட்டானுவ. அதுக்காகத்தான் சொல்றன். எங்க இருந்தாலும் உசுரோட இருக்கணும். அதுக்காகத் தான் எல்லாக் கூத்தும். நீ அரவம் காட்டாம இரு. நான் வரவரைக் கும் கதவத் தாப்பா போடாத. கொஞ்ச நாளக்கி ஊட்ட எப்பியும் சாத்தி வைக்காத. சின்னப் பாப்பாவ ஒங்கண்ணன்காரன் ஊட்டுல வுட்டு வச்சிடு. யான மிதிச்சிதான் சாவணுமிங்கிறதுல்ல. எறும்பு கடிச்சும் சாவலாம். வா’’ என்று சொன்னதோடு உட்கார்ந்திருந்த பாக்கியத்தைத் தூக்கினார்.

‘‘நான் இன்னியமுட்டும் ஒரு தப்பும் செய்யலப்பா. அப்பிடியே வுட்டுடலாம்.’’

‘‘இம்மாம் சொல்றாளே. அது தெரிய வாணாம். புத்தி மாறிப் போச்சா? மின்ன மவளுக்குப் போச்சி. இப்ப அப்பனுக்குப் போச்சி. பித்துப் புடிச்ச குடும்பத்தில கொண்டாந்து வுட்டான் பாரு எங்கப்பன்.’’

‘‘அவ பொட்டச்சி. அவளுக்குப் புரியாது. நீ வா. காரியம் பலிக் கணும்’’

‘‘அப்பா.’’

‘‘ஒரு பூச்சிபொட்டுக் கடிச்சா என்னாவறது? நான் எத்தன பேருக்காக அயிவுறது? விடிஞ்சிப் பாத்துக்கிட்டா என்ன?’’

''சும்மா இருடி. ஊருப் பஞ்சாயத்திலெ என்னிக்கி முடுவாச்சோ அன்னிய தேதியிலிருந்து நம்ப ஊட்டச் சுத்தி ஆளு நடமாடிக்கிட்டு இருக்கிறது எனக்குத்தான் தெரியும். கீச்சாதிப் பயகூடப் படுக்கத்தான அலயுறா. அதுக்கு மின்னாடி நம்பக் காரியத்த முடிக்கணும்னு சொல்லி ஏயி, எட்டு எள வயசுப் பயலுவோ சுத்துறானுவ. கட்சிக்காரன்தான் இதுல மின்ன நிக்குறான். பத்து இருவது பேரு கூடி சாணிய மிதிக்கிற மாரி மிதிச்சித் துவச்சி எடுத்துப்புடுவானுவ. அப்பறம் நாலு பேரும் தான் சாவணும். சொந்தக்காரன், பங்காளின்னு இருக்கிற பயலுவோ தான் மின்னமின்ன நிக்குறானுவ. எங்கியிருந்தாலும் உசுரோட இருக்க ணும். அதான ஒனக்கு வேணும். அப்புறமென்ன? மயிர அறுத்து மானபங்கம் செஞ்ச ஊரு. இங்க இருந்தா பேச்சு நிக்காது. வளந்து கிட்டுத்தான் போவும். வம்புவயக்கு நிக்காது. ரெண்டு தெருவுக்கும் கலகம் மூண்டுக்கிட்டுத்தான் இருக்கும். ஊட்டுச் சிக்கல் ஊருச் சிக்க லாச்சு. அப்பறம் சுத்துவட்டாரச் சிக்கலாயிப் பல ஊரு கச்சிகட்டிக் கிட்டு வந்து நிக்கும்.''

''தண்ணி குடி'' என்று சாமியம்மா பொதுவாகச் சொன்னாள். செல்வராணி தண்ணீர் கொண்டுவந்து கொடுத்தாள். ஒரு வேகத்தில் செம்புத் தண்ணீரையும் குடித்தாள் பாக்கியம்.

''அப்பா.''

''என்னம்மா?''

''எங்கூடவே அக்கா இருக்கட்டும். ஊட்ட வுட்டு வெளியப் போவாத நான் பாத்துக்கிறன்.''

''ஒனக்குக் கடவுள் இருக்கான்ம்மா.''

''வெங்காயத்திலதான் இருக்கான்'' என்று சாமியம்மா சொன்னாள்.

''செத்த நேரம் குந்து'' என்று சாமியம்மா சொன்னதும் பாக்கியம் வந்து அவளுடைய மடியில் படுத்துக்கொண்டாள்.

பல்லி தொடர்ந்து இரண்டுமுறை கத்தியது ''பல்லி சயனம் சொல்லுது. அக்கா சொல்ற மாரி அப்பிடியே வுட்டுடலாம்ப்பா''

''சயனம் தாங்கல்ல சொல்லல. ஏவல்ல சொல்லியிருக்கு. போறது தான் நல்லது.''

''என் வம்முசத்த அயிக்கப்பாக்குறாங்களே'' துளசி கத்தினாள்.

''காலு கொலுசக் கயிட்டி மடியில வச்சிக்க. ரவ சத்தம் வரக் கூடாது. மாட்டுனா பெத்தவனே கூட்டிக்கொடுத்தான்ங்கிற பேராயிப் புடும். நான் செத்தாலும் அந்தப் பேரு மட்டும் சாவாது.''

பழனி சொன்னதை பாக்கியம் செய்தாள்.

''நீ உசுரோட இருக்கணுமின்னுதான் நான் நெருப்புல குதிக்கப் போறன். திரும்பியுமா நீ எனக்குப் புள்ளயாப் பொறக்கப்போற? நாளக்கி ஒனக்கொரு புள்ளெ பொறந்தா அதெ நீ பத்தரமா வச்சிக்க. நாள ஒரு காலத்தில நீயும் எங்களப்போல கண்ணுத் தண்ணிய வுட்டுக்கிட்டு, கையக் கட்டிக்கிட்டு நூறு, ஆயிரம் பேரு மின்னால நிக்கக் கூடாது'' என்று சொன்ன பழனிக்குக் கண்கள் கலங்கின. ''ஒரு சத்தியம். நீயும் சாவக் கூடாது. நாங்களும் சாவ மாட்டம். இதான் சத்தியம்'' என்று சொன்னார்.

கட்டிப்பிடித்துக் கதறிக்கொண்டிருந்த பாக்கியத்தை விலக்கிவிட்டு ''போ'' என்று சாமியம்மா மொட்டையாகச் சொன்னாள்.

''உள்வீட்டுக்கு ஊர்ந்து சென்ற செல்வராணி ஒரு மண் உண்டி யலை எடுத்துவந்து பாக்கியத்திடம் கொடுத்தாள். ''எம்மாம் இருக்கு மின்னு தெரியல. ரெண்டு வருசமா முந்திரிக் கொட்ட ஒடச்ச காசி.''

பாக்கியம் குனிந்து செல்வராணிக்கு முத்தமிட்டாள்.

துணிப் பையை எடுத்துக்கொண்டு ''வா'' என்று சொல்லிவிட்டு பழனி வெளியே போனார். அவருக்கு முன்னால் நாய் தயாராக

நின்றுகொண்டிருந்தது. நாய் குரைக்கும் சத்தம்கூடப் பழனியைப் பயம்கொள்ளவைத்தது.

பாக்கியம் வெளியே வந்தாள். செல்வராணியும் வந்தாள். துளசியின் காலில் விழுந்தாள். ''எம் பொண்ணே, ஊரே கூடி என் வம் முசத்த அயிச்சிப்புடிச்சே'' என்று தெருவுக்கே கேட்குமளவுக்குக் கத்தினாள் துளசி.

''நீயே போயி ஊருல சொல்லு'' என்று செல்வராணி முறைத்தாள்.

''காசி பணமில்ல. இந்த மண்ணத்தான் சம்பாரிச்சன். ஒரு புடி எடுத்துக்கிட்டுப் போ. நல்லாயிருப்ப. இந்த மண்ணுதான் ஒனக்குச் சோறு போட்டு வளத்துச்சி'' என்று சொல்லித் துளசி ஒரு கைப்பிடி மண்ணை அள்ளி பாக்கியத்தின் மடியில் போட்டாள். மண்ணைத் தங்கம் மாதிரி முந்தானையில் முடிந்தாள் பாக்கியம்.

துளசியின் கன்னத்தைக் கடித்தாள் பாக்கியம்.

''புளியாந்தோப்பு வழியாப் போயி பொறாக்குட்டக்குள்ளார எறங்கி முந்திரிக் காட்டுக்குள்ளியே போவணும்'' துளசி கட்டளை போட்டாள்.

தெருவில் நின்று ஆட்களின் அரவம் இருக்கிறதா என்று பார்த்துக் கொண்டிருந்த பழனியை நோக்கி நடக்க ஆரம்பித்தாள் பாக்கியம்.

''ஏழுமலயானே'' என்று சொல்லிக் கைகூப்பினாள் துளசி.

''பொறாக்குட்ட போயிட்டாப் போதும்'' என்று முனகிய பழனிக்குக் கால்கள் நடுங்கின.

பழனியும் பாக்கியமும் ஒவ்வொரு அடியையும் நெருப்பிற்குள் வைத்து நடப்பதுபோல் அவ்வளவு பயத்துடனும் பதட்டத்துடனும் வைத்து நடந்தார்கள். முந்திரிக் காட்டு வழியாகவே ஒரு மணி நேரத்துக்கு மேல் நடந்தார்கள். பழனியின் வேகத்துக்கு பாக்கியத்தால்

ஈடுகொடுக்க முடியவில்லை. பழனிக்கும் பாக்கியத்துக்கும் முன்னால் நாய் ஓடிக்கொண்டிருந்தது.

மங்கலம்பேட்டை ஏரிக்கரைக்கு வந்தபோது மோட்டார் பைக் கோடு ஒரு பையன் நின்றுகொண்டிருந்தான். அவனை யாரென்று பழனி கேட்டார்.

''பெரியசாமியோட பெரியப்பன் மவன் கனகராஜ். வவுத்தானோட அண்ணன் மவன். தொப்பளானத் தெரியுமில்ல.''

''முத்துசாமி ஊட்டுல வேல செஞ்சவன் மவனா?''

''ஆமாங்க.''

''போனு வச்சியிருக்கியா? இருந்தா அந்தப் பயலுக்குப் போடு.''

கனகராஜ் செல்போனைப் பழனியிடம் கொடுத்தான்.

''வண்டிக்காரன்மூட்டுப் பயினி பேசுறன். ஆரு பேசுறது...? சரி, அப்பிடியா? தொப்பளான் மவன் பெரிய பயகிட்ட புள்ளய ஒப்படச் சியிருக்கன். புள்ளெ வந்து சேந்த சேதிய எனக்கு எப்பச் சொல்லுவ? காலயில எட்டு மணிக்கா. மறக்கப்படாது. சரி. சரியாக் காதுல விய்யல... இப்ப அயிது என்னா பண்றது? ஒப்பன் பேரக் காப்பாத்து. வச்சிடு'' என்று சொல்லிவிட்டு போனைக் கனகராஜிடம் கொடுத்துவிட்டு ''எப்பிடிப் போயி சேருவ?'' என்று கேட்டார்.

''இப்ப மணி நாலு. வண்டியிலியே நேராப் போயி விழுப்புரத் தில பஸ்ஸப் புடிச்சி ஏத்தி வுட்டுடுவன். அங்கயிருந்து மெட்ராசி போவ மூணு மணி நேரம். ஏயி, எட்டு மணிக்கெல்லாம் ஊட்டுக்குப் போயிடலாம்.''

''சரி வண்டிய எடு. நீ ஏறு. பதனமாப் போவணும். போயி சேந்த தும் பாப்பாகிட்ட சொல்லிடு'' என்று சொன்னார். சட்டென்று தோன்றியது மாதிரி இடுப்பில் கட்டியிருந்த வெள்ளி அரைஞாண்

கொடியை அவிழ்த்துக்கொடுத்தார். அவருடைய மார்பில் சாய்ந்து சிறுகுழந்தை மாதிரி இறுகக் கட்டிப்பிடித்துக் கதறினாள் பாக்கியம்.

"அழுவ வாணாம். ஏறு வண்டியில."

வண்டியின் வெளிச்சம் மறையும்வரை அசையாமல் அதே இடத்தில் நின்றுகொண்டிருந்தார் பழனி.

காலையில் காட்டுக்குப் போனவர்கள்தான் ஓடி வந்து "வண்டிக் காரன்மூட்டுப் பழனி பாலிடாயிலக் குடிச்சிச் செத்துக் கெடக்குறாரு. நாயிதான் பொணத்தச் சுத்தி வந்துவந்து உசுரு போறாப்ல கத்திக் கிட்டுக் கெடக்குது. காடு பூரா அது சத்தம்தான்" என்று சொன்னார் கள்.

"என் குடி முழுவிப்போச்சே" என்று கத்திக்கொண்டே காட்டுப் பக்கம் ஓட ஆரம்பித்தாள் துளசி. •